എഴുത്തൻ

(നോവൽ)

സജീവ്കുമാർ ശശിധരൻ

സജീവ്കുമാർ ശശിധരൻ

കർഷക കുടുംബത്തിലെ അംഗം . കേരളത്തിലെ കൊല്ലം ജില്ലയിൽ ഇടയം ഗ്രാമത്തിൽ ജനനം .

അമ്മ : ലതിക അച്ഛൻ :ശശിധരൻ, ഒരനുജത്തി :ശാന്തി

ഇരുപത്തിമൂന്നാം വയസ്സിൽ പ്രവാസി .

ഭാര്യക്കും മകൾക്കും ഒപ്പം അത് ഇപ്പോഴും തുടരുന്നു .

ഭാര്യ : ഗ്രീഷ്മ സജീവ്

മകൾ : നിയ സജീവ്

പുസ്തകങ്ങൾ :

എനിക്ക് സന്തോഷം(കഥകൾ)

ജിയാരാ (നോവെല്ല)

ഊരുകാട് (നോവൽ)

എഴുത്തൻ (നോവൽ)

സമർപ്പണം

എന്നെ കഥകൾ എഴുതാൻ തോന്നിക്കുന്ന
മാന്ത്രിക മനസ്സിന്

എന്റെ എല്ലാ കൃതികളുടേയും ആദ്യ
വായനക്കാരിയായ ഗ്രീഷ്മക്ക്

പിന്നെ എന്റെ വായനക്കാർക്ക്

സജീവ്കുമാർ ശശിധരൻ

ഉള്ളടക്കം

ആമുഖം

ഒരു ചില ആൾക്കാരുടെ മനസ്സിലൂടെ ഒരു നടത്തം അത്ര മാത്രമാണ് ഈ കഥയിലെ വിഷയം .

ഇത് സമൂഹത്തിൽ ആരേയും വേദനിപ്പിക്കാനോ വിഷമിപ്പിക്കാനോ എഴുതിയതല്ല .

വായിക്കുക അഭിപ്രായങ്ങൾ അറിയിക്കുക

SAJEEVKUMAR SASIDHARAN

MULLACKAL VEEDU ,EDAYAM ,

PERUMANNOOR(PO) 691545 KOLLAM , KERALA

sajeevkumar.sajeevkumar@gmail.com

Date

01-04-2024

മുഖവുര

മുഖവുര എഴുതാൻ ആരെയെങ്കിലും സമീപിച്ചാൽ അതുപിന്നെ ഒരു ഭീകര അവസ്ഥയാ , അതുകൊണ്ട് ഞാൻ തന്നെ എഴുതാമെന്ന് വെച്ചു .

അതാകുമ്പോൾ എനിക്ക് എന്നെ പൊക്കിയെഴുതാം , ഒരു സുഖം .

പറഞ്ഞു വന്നത് , ഇത് വളരെ മനോഹരമായ ഒരു കൃതിയാണ് . ഒരു പാവം മനുഷ്യൻറെ കദനകഥ . കരളലിപ്പിക്കുന്ന കദനകഥ.

എന്ന്

സജീവ്കുമാർ ശശിധരൻ

ഒരു മാസ്മരികത നിറഞ്ഞ കഥ

ഒരു മാസ്മരികത നിറഞ്ഞ കഥ എഴുതണം എന്ന മോഹം ഉള്ളിൽ തികട്ടി തികട്ടി വന്നു തുടങ്ങിയിട്ട് നാളുകൾ ഏറെയായി. വായിക്കുമ്പോൾ ആൾക്കാർ അതിൽ അലിഞ്ഞുപോകണം, അതിനുള്ളിൽ ജീവിക്കണം ; പിന്നെ ....പിന്നെ അതിനുള്ളിൽ മരിക്കണം.

ലൂക്കാ മന്മഥൻ (നായകൻ)

ഭാഗം : ഒന്ന്

എനിക്കും

എന്നും കഥകളെഴുതും ഞാൻതന്നെ
വായിക്കും പിന്നെ ആ കഥകൾക്ക് മരണവും

സംഭവിക്കും. ആരിലുമെത്താതെ ഈ വായുവിലൂടെ
അദൃശ്യമായി പ്രേതാത്മാവുപോലെ അവരും പറന്നു
പറന്നു നടക്കുന്നുണ്ടാവും. എന്നിലൂടെ പുറത്ത്
വരുവാൻ കാത്ത് കാത്ത് മരണം പുൽകിയ 'അവർ'.
അവർ പറന്നു പോയ് തങ്ങളുടെ മാത്രമായ ഗർഭത്തിൽ
പിറക്കുവാൻ കാത്തിരിക്കുന്നവർക്ക് ഒരു ബീജം
നൽകിയിരുന്നെങ്കിൽ ;

എനിക്ക് ഡൈര്യമില്ല അല്ല അതുമാത്രമല്ല എന്നിലൂടെ
പുറത്തേയ്ക്കു ഒഴുകുന്ന അരുവിയുടെ മുഖമുള്ള
കടലിനെ ഉൾകൊള്ളാൻ നിങ്ങൾക്ക് കഴിവില്ല.
എന്നിലൂടെ ഒഴുകിയെത്തുന്ന കടലിന് ആഴം അളന്ന്
അടിയെന്നും കോലെന്നും നീട്ടി തുപ്പുന്ന കാരണവ
ബിംബങ്ങൾക്ക് ചുവപ്പ് മഷിയാകാൻ എനിക്ക്
മനസ്സില്ല.

അതാ അവൾ മുഖത്ത് കാർക്കിച്ച് തുപ്പി ;
നാണമില്ലാത്ത മനുഷ്യൻ എന്ന് ഉച്ചത്തിൽ പറഞ്ഞവൾ
പതിയെ തേങ്ങുന്നു. സഹിക്കാൻ കഴിഞ്ഞില്ല ഞാൻ
എന്ത് പറയണം അവളെ നിങ്ങൾക്ക് മുന്നിലെത്തിച്ചത്
ഒരുക്കി മണവാട്ടിയാക്കിയായിരുന്നു. ഒരു വീട്ടു
വേലക്കാരിയെ പോലെ കണ്ടു. പിന്നെ വേശ്യ
എന്നുവിളിച്ചു ; ഇനിയില്ല ; അവൾ കരഞ്ഞുകൊള്ളട്ടെ

കവിതയെന്ന കുഞ്ഞനുജത്തിമാർ വീട്ടിൽ
നിരനിരയായി എങ്ങനെ ?

അവരെയും വേലക്കാരിയെ പോലെ കണ്ട് പിന്നെ
വേശ്യ എന്നു വിളിക്കില്ലേ ?

ഇങ്ങനെ അവർ വിഷമിച്ച് അടുക്കളയിൽ
കഴിയണമോ? വേണ്ട അവരെങ്കിലും ..

പക്ഷേ കവിതകൾക്ക് പുറത്ത് പോകണമെങ്കിൽ
ഇനിയും എന്റെ രൂപമൊന്ന് മാറ്റണം .

അൽപ്പം താടിയുണ്ട് . അതുകൊണ്ട് ഒരു
കവിയാകില്ലല്ലോ . ഒരു മുഷിഞ്ഞ നീണ്ട കുപ്പായവും
വേണം, അച്ഛന്റെ പഴയ പെട്ടിയിൽ കാണും ,അതിടാം .

ഞാൻ പെട്ടി തപ്പി അകത്തെ മുറിയിലേക്ക് പോയി .

അച്ഛന്റെ പഴയ പ്ലാസ്റ്റിക് വിരിഞ്ഞ കട്ടിൽ .

അതിനടിയിലുണ്ടാവും സാധനം .

ഞാൻ തറയിൽ കമഴ്ന്നുകിടന്ന് അടിയിലേക്ക് നോക്കി.

ഒന്ന് രണ്ടു ചാക്കുകൾ ഒരു തകരപ്പെട്ടി.

ഞാൻ പെട്ടി വലിച്ച് പുറത്തേക്ക് ഇട്ടു .

എന്തോ വലിയ നിധി വെച്ചിരിക്കുന്ന പോലെ , അത്
പൂട്ടിയിരിക്കുന്നു . ഇതൊക്കെ നിസ്സാരം ഒറ്റവലിക്ക്
ഇത് പൊളിക്കാം .

ഞാൻ ഒറ്റവലി

ഒന്നും സംഭവിച്ചില്ല . ഒന്നും .

ഞാൻ എന്റെ കൈകകളൊന്ന് ചുരുട്ടി നിവർത്തി
നോക്കി .

പേന പിടിച്ച തഴമ്പ് , നല്ല കട്ടിക്കുതന്നെയുണ്ട് ..
എന്റെ കൈകണ്ട് ഞാൻ അഭിമാനം കൊണ്ടു .

ഈ പെട്ടിക്ക് ഈ തഴമ്പ് ധാരാളം .

ഞാൻ ഒരു നിഷ്പ്രയാസത്തിന്റെ ചുണ്ട്
കോടിച്ചുകൊണ്ട് എന്റെ പ്രവർത്തനമാരംഭിച്ചു .

ഒന്ന് രണ്ട് മണിക്കൂറുകൾ പയറ്റിനോക്കി .

ഒന്നും നടന്നില്ല .

വീണ്ടും ഞാൻ എന്റെ കൈകളെ നോക്കി , എന്റെ
ചുണ്ട് ഞാൻ പോലും അറിയാതെ കൈകൾക്ക് നേരെ
നാണം കെട്ടവൻ എന്ന ഭാവമെറിഞ്ഞുകൊടുത്തു .

അത് ഞാൻ കാര്യമാക്കിയില്ല .

പക്ഷെ ശരിയല്ലേ .

ഒരു പൂട്ട് പൊളിക്കാനറിയാത്ത ശുംഭൻ .

കുറച്ചുനേരം ഞാനങ്ങനെ ചമ്രം പിടിച്ചിരുന്നു .

പിന്നെ ഒരു ദീർഘനിശ്വാസത്തോടെ എന്റെ രണ്ട്
കൈകളേയും എന്റെ ശരീരത്തേയും ഞാൻ നോക്കി .

കഷ്ടം .

നീണ്ട് നിവർന്ന് എല്ലും തോലുമായിരിക്കുന്നു . ഒന്ന്
ശക്തിക്ക് കീഴ്ശ്വാസം പോയാൽ അതിന്റെ കൂടെ
ജീവനുമങ്ങുപോകും. അത്ര ആരോഗ്യവാനാണ് .

വീണ്ടും കഷ്ടം .

        ഇടത്തരം ആൾക്കാർ താമസ്സിക്കുന്ന ഒരു
കോളനിയിലാണ് എന്റെ താമസം.

സ്വന്തം വീട് , അതിൽ രണ്ട് ചെറിയ കിടപ്പ് മുറികൾ . ഒരു കൊച്ചുഹാൾ . കൂഞ്ഞൻ അടുക്കള പിന്നെ ഒരു ടോയ്‌ലറ്റ് തീർന്നു . ഇത്രയമാണ് എന്റെ ഭവനം . വല്യഅച്ഛന്റെയാണ് വീട് . പുള്ളി പട്ടാളത്തിലായിരുന്നു.

പിന്നെ അച്ഛൻ .

അച്ഛൻ ജനിച്ചസമയം അതിർത്തിയിൽ വലിയ യുദ്ധമായിരുന്നു . അച്ഛന് പത്ത് വയസ്സായിട്ടാണ് വല്യഅച്ഛൻ തിരകെ വന്നത് .

എതിർപ്പട്ടാളത്തിന്റെ ജയിലിലായിരുന്നത്രേ പുള്ളി .

തിരികെ എത്തി വല്യഅച്ഛൻ ആദ്യമായി അച്ഛനെ കണ്ട ആ നിമിഷം വല്യമ്മയുടെ ചെകിടടിച്ചു പൊളിക്കുകയാണുണ്ടായത് .

സ്വന്തം മകന്റെ മുഖത്ത്

എതിർ വീട്ടിലെ എഴുത്തുകാരൻ പീതാംബരന്റെ മുഖവും അയാളുടെ താടിയിലെ ചുവന്ന പാലുണ്ണിയും

ആരായാലും തല്ലിപ്പോകും .

അന്ന് പോയതാണ് വല്യച്ഛൻ

പിന്നെ പുള്ളിയെ ആരും കണ്ടിയിട്ടില്ല .

അങ്ങനെ വർഷങ്ങൾ കഴിഞ്ഞു .

അച്ഛൻ വളർന്ന് വളർന്ന് ഒരെഴുത്തുകാരനായി . വാരികയിലെഴുതിയ ഒരു ചെറുകഥ അച്ഛന് എന്റെ അമ്മയെ വിവാഹം കഴിക്കാനുള്ള ഊടുവഴിയായി.

ഞാൻ ജനിച്ച് എനിക്ക് ഒരു പത്ത് വയസ്സ് കാണും
അമ്മ ഒരു നല്ല നോവലെഴുത്തുകാരന്റെ കൂടെ
എങ്ങോ പോയി .

അല്ല അമ്മയെ കുറ്റം പറഞ്ഞിട്ട് കാര്യമില്ല .

അച്ഛൻ ആകെ എഴുതിയത് ഒരേ ഒരു ചെറുകഥയാണ് .

അത് കഥകളെ , നോവലുകളെ , പുസ്തകങ്ങളെ
ഇഷ്ടപ്പെട്ടിരുന്ന അമ്മക്ക് എങ്ങനെ സഹിക്കാനാകും .

ചെറുകഥ ചുരുട്ടി ഒരു മൂലയിലേക്കെറിഞ്ഞിട്ട്

അമ്മ നോവലുമായി പോയി .

എനിക്കതിൽ പരിഭവമില്ല .

അവർ അവർക്കിഷ്ടമുള്ള പോലെ ജീവിക്കട്ടെ .

അച്ഛൻ ആ ചെറുകഥയല്ലാതെ മറ്റൊരു കഥയോ
നോവലോ ഏഴുതിയതായി എനിക്കറിവില്ല .

വല്യഅച്ഛന്റെ പേരിൽ മാസാമാസം ഒരു ചെറിയ തുക
വരുന്നതായിരുന്നു ഈ കൊച്ചുവീടിന്റെ വരുമാനം .
ഇപ്പോഴും അത് അങ്ങനെ തന്നെ , പക്ഷേ ഇപ്പൊ
അച്ഛൻ മരിച്ചു . മരിച്ചിട്ടും കാശ് വരുന്നത്
മുടങ്ങിയിട്ടില്ല. എന്താണ് കാശ് വരുന്നതെന്നോ, എന്ന്
വരെ വരുമെന്നോ എനിക്കറിയില്ല .

ആ കാശ് ഇപ്പോഴും കിട്ടുന്നുണ്ട് .

ഭാഗ്യം .

പിന്നെ ഒരു ചെറിയ തുക എല്ലാ മാസവും വീട്ടിൽ വരും
അത് എതിർ വീട്ടിലെ ആ ചുവന്ന പാലുണ്ണിക്കാരൻ
അച്ഛന്റെ പേരിലിട്ടിരുന്ന ഒരു ഫിക്സഡ് തുകയുടെ

മാസപ്പലിശയാണെന്ന് ഈയിടെ ബാങ്കിൽ
ചെന്നുതിരക്കിയപ്പോഴാണ് എനിക്ക് മനസ്സിലായത് .

അച്ഛന് ഞാൻ മാത്രമേ മകനായിട്ടുള്ളൂ എന്ന്
മനസ്സിലാക്കിയ ബാങ്ക് മാനേജർ ആ തുക എന്റെ
പേരിൽ മാസാമാസം വരാനുള്ള വകുപ്പുണ്ടാക്കി തന്നു.

വല്യമ്മയുടെ ചെകിട് , അടിച്ച് പൊളിക്കുക എന്ന
വല്യഅച്ഛന്റെ പ്രവർത്തിയിൽ ഒരു അത്ഭുതവും ഞാൻ
കാണുന്നില്ല .

എന്റെ താടിയിലും ആ ചുവന്ന പാലുണ്ണിയുണ്ട് .

ഞാൻ ആ ചുവന്ന പാലുണ്ണി തടവികൊണ്ടിരുന്നു .

ഒന്നും ചെയ്യാനില്ല . കിട്ടുന്നത് ചെറിയ കാശാണെങ്കിലും
അത് കൊണ്ട് മിതം പാലിച്ച് ഞാൻ ജീവിച്ചു പോകുന്നു.

ഇപ്പൊ ഒരാശ

ഒരു നോവൽ എഴുതണം .

അച്ഛൻ ഒരു ചെറുകഥയെഴുതി.

എനിക്കൊരു നോവലെങ്കിലും എഴുതണം .

ഞാൻ കവിതകൾ കുത്തിക്കുറിക്കും . കൈയിൽ
തഴമ്പുണ്ട് . എന്റെ കവിതകൾ പക്ഷേ ആരും കണ്ടിട്ടില്ല.
തഴമ്പും .

എങ്ങനെ കാണും , ഈ വാരിക മുതലാളിമാർക്കും പുസ്തകമിറക്കുന്നവർക്കുമൊക്കെ പ്രശസ്ഥരായ എഴുത്തുകാരുടെ കൃതികൾ മതിപോലും .

എഴുതിയ എന്തെങ്കിലും നാലാളറിയാൻ അത് പ്രസിദ്ധീകരിക്കണ്ടേ .

ഈ പൊട്ടമ്മരുടെ ഒരു കാര്യം .

പ്രസിദ്ധീകരിക്കാതെ എങ്ങനെ പ്രശസ്ഥനാകും .

ഞാനിങ്ങനെ മുരടിച്ച് പോകത്തെ ഉള്ളു .

അല്ല പലർ ചേർന്ന് കാശ് നൽകി പുസ്തകമിറക്കി , പിന്നെ അത് തലച്ചുമടായി കൊണ്ടുനടന്നുവിറ്റ ആൾക്കാര് വരെ ഉണ്ട്. പണ്ടൊക്കെ കാശ് നോക്കി എഴുത്തുകാർ പുസ്തകം വിറ്റതായി എനിക്കറിവില്ല.

എഴുത്തുകാർക്ക് അന്നൊക്കെ തന്റെ കൃതി ആരെങ്കിലുമൊക്കെ വായിക്കണമെന്നായിരുന്നു . ഇപ്പൊ എഴുത്തല്ലല്ലോ പ്രധാനം . അപ്പൊ ഈ വാരികക്കാരേയും പുസ്തകമിറക്കുന്ന ആളുകളേയുമൊക്കെ എന്ത് കുറ്റം പറയാനാ. പുസ്തകം വായിച്ചാൽ കേസ് കൊടുക്കുന്ന സമയമാണ് . ഈ കണക്കാണെങ്കിൽ സകല വായനാശാലകളും പൂട്ടേണ്ടി വരും.അല്ല , ഒരു പുസ്തകം മിനിമം ഒരു ആയിരം പേരെങ്കിലും അവിടെ വായിക്കും . അതുകൊണ്ട് അതും കേസുകൊടുത്ത് പൂട്ടിക്കണം .

എങ്ങനെയും തന്റെ പുസ്തകം ആൾക്കാര് വായിക്കണമെന്നല്ല . ആരോട് പറയാൻ ആര് കേൾക്കാൻ .

ഒന്ന് കുത്തിയതാ . ആരെങ്കിലും കുത്തണ്ടേ .

ആ അവരെന്തെങ്കിലും ചെയ്യട്ടെ .

എന്റെ ആലോചന കാട് കയറുന്നു .

ശ്ശെടാ , ഈ പെട്ടി എങ്ങനെ തുറക്കും .

എന്റെ ആരോഗ്യത്തിന് ഇത് തുറക്കാൻ പറ്റുമെന്ന്
തോന്നുന്നില്ല .

ഞാനാ ദുഷ്ടനായ പെട്ടിയെ നോക്കി രണ്ട് കൈകൾ
കൊണ്ട് തല താങ്ങി ചമ്രം പിടിച്ച് അങ്ങനെ ഇരുന്നു .

ഇതൊരു പഴയപെട്ടിയല്ലേ , ഇതിന് ഇത്ര അഹങ്കാരം
പാടുണ്ടോ ?

തകരപ്പെട്ടി , അഹങ്കാരി

അതൊരു തകരപ്പെട്ടിയാണെങ്കിലും അതിനെ ഒരു
തുകൽ തോല് കൊണ്ട് ഉടുപ്പ് ഇടുവിച്ചിട്ടുണ്ടായിരുന്നു .

സുന്ദരനാണ് .

അപ്പോഴാണ് ഞാൻ ശ്രദ്ധിച്ചത് . പെട്ടിയുടെ
അടിഭാഗത്ത് ഒരു ഉറ .

തുറക്കാഞ്ഞതിനാൽ ഞാൻ അതിനെ എടുത്തിട്ട് ഒന്ന്
അലക്കിയിരുന്നു . അങ്ങനെ തിരിഞ്ഞുവീണതാ .

ഞാൻ അതിൽ കൈയിട്ട് നോക്കി .

താക്കോൽ .   യുറീക്കാ ...

ഒടുവിൽ ഞാനത് കണ്ട് പിടിച്ചിരിക്കുന്നു .

ഭാഗം : രണ്ട്

തകരപ്പെട്ടി പറഞ്ഞ കഥ .

ഞാൻ ആ താക്കോലെടുത്ത് നോക്കി .

സ്വർണ്ണനിറം .

"കൊള്ളാം കാണാൻ നല്ല രസമുണ്ട് . "

ഞാൻ ഉള്ളിൽ പറഞ്ഞു .

പെട്ടി തുറക്കാനായി അതിന്റെ വായിലേക്ക് ഞാനാ
താക്കോൽ കുത്തിയിറക്കി .

പെട്ടന്ന് എന്നെ ഞെട്ടിച്ചുകൊണ്ട് കാളിങ്ബെൽമുഴങ്ങി.
മനസ്സിലായി അല്ലെ

ഒന്ന് റിച്ചായയതാ കാളിങ്ബെൽ വീട്ടിലില്ല.

കതകിൽ ആരോ ശക്തിയായി തട്ടി .

ശ്ശെ , ആരാണീസമയം . രസം കൊല്ലി

ഞാൻ കതക് വലിച്ച് തുറക്കാൻ നോക്കി

അതും അഹങ്കാരിയാണ് .

നല്ല പോലെ വലിച്ചാലേ തുറക്കൂ .

ഈ വീട്ടിൽ മുഴുവനും അഹങ്കാരികളാണ് ,

ഇവരുടെ കൂടെ കൂടി എന്റെ സ്വാഭവവും നശിക്കും

എന്ത് ചെയ്യും , എന്നെപ്പോലെ ഒരു പാവം .

ആ എനിക്ക് ക്ഷമിക്കാനും പൊറുക്കാനുമൊക്കെ ഒരു
മനസ്സുള്ളത് ഇവരുടെ ഭാഗ്യം .

ഇല്ലേ കത്തിച്ചേനെ ഞാൻ .

ഞാൻ പല്ലുറുമി കൊണ്ട് വാതിൽ ശക്തിയോടെ
തുറക്കാനാഞ്ഞു .

ടപ്പേ ....

എന്റെ കരണകുറ്റിക്ക് അടി പൊട്ടിയപോലെ

ജനാല

ശബ്ദമുണ്ടാക്കി പേടിപ്പിക്കാനുള്ള ശ്രമം .

ഞാൻ പല്ലുറുമിയത് ഇഷ്ടമായിട്ടില്ല അതാണ് .

അഹങ്കാരി .

കര കര ശബ്ദത്തോടെ കതക് തുറന്ന് .

മുന്നിൽ തല ചരിച്ച് ഒരു പുച്ഛം കലർന്ന ഭാവത്തിൽ

മിസ്റ്റർ വർഗ്ഗീസ് .

അതേ ... ഇത് അത് തന്നെ , ചെറ്റ

ജയിച്ച ഭാവം .

അവൻ അവന്റെ വീട്ടിലെ അടുപ്പിൽ ഡാമുകെട്ടി
അതിൽനിന്നും കറണ്ട് കൊണ്ടുത്തെരുന്ന പോലെയാ .
ഞാനവന്റെ കൈയ്യിലേക്ക് നോക്കി . അതെ അവന്റെ
കൈയ്യിൽ എന്റെ ഫ്യൂസ് . അവൻ എന്നെ അടിമുടി
ഒന്ന് നോക്കി . പിന്നെ ആ പുച്ഛം കലർന്ന ഭാവത്തിൽ
തല വെട്ടിച്ച് ഒറ്റപോക്ക് .

വൈദ്യുതിവകുപ്പ്

എന്റെ തൊലിയുരിഞ്ഞു പോയെന്ന് നിങ്ങൾ
വിചാരിക്കും , അത്രയ്ക്ക് വേണ്ട.

ഇത് മാസാമാസം നടക്കുന്നതാ .

എനിക്കിത് പുത്തരിയല്ല .

ആ മണിയോഡറും ബാങ്ക്കാശും വരാൻ ഇനിയും
സമയമെടുക്കും .

പിന്നെ അവൻ ഈ പോക്ക്പോകാൻ ഒരു കാരണം
കൂടി ഉണ്ട് .

അവൻ എന്റെ അയൽപക്കമാണ് .

അവനുമുണ്ട് ആ ചുവന്ന പാലുണ്ണി .

പക്ഷേ അത് ഒഫിഷ്യലാണെന്ന് മാത്രം.

ആ ബാങ്കിൽ കിടക്കുന്ന കാശിന്റെ കാര്യം
അവനറിയാം . അതുകൊണ്ട് അവന് എഴുത്തുകാരെ
കണ്ണെടുത്തൽ കണ്ടൂടാ . ആ.... ഒരേ തെങ്ങിലെ
തേങ്ങയിലും പേടും നല്ലതും കാണും . അമ്മൂമ്മക്ക് ആ
സത്ബുദ്ധി തോന്നിയത് നന്നായി ഇല്ലേ ഞാൻ പട്ടിണി
കിടന്ന് മരിച്ചേനെ .

ദൈവത്തിന് സ്തുതി .

ഞാൻ ആ അവിഹിതത്തിന് നന്ദി പറഞ്ഞു .

ഇനി രണ്ട് മൂന്ന് ദിവസം മെഴുകുതിരി വെട്ടത്തിൽ
ഇരിക്കണം . കുഴപ്പമില്ല ശീലമാണ് .

ഞാൻ വാതിലടച്ച് കൂട്ടിയിട്ടു .

പിന്നെ വാതിലിനെ ഒന്ന് ഇരുത്തി നോക്കി .

'ഒന്ന് പേടിച്ചോട്ടെ '

"ഹും .. അല്ല പിന്നെ "

ഞാൻ വീണ്ടും അച്ഛന്റെ മുറിയിലെത്തി ആ പെട്ടിയുടെ അടുത്ത് നിലത്തിരുന്നു .

താക്കോൽ തിരിച്ചപ്പോൾ എന്റെ ചെവി നിലവിളിച്ചുപോയി .

അസഹനീയമായ ശബ്ദം .

പെട്ടിതുറന്നു .

തുറക്കുന്ന ഭാഗത്ത് രണ്ട് ഫോട്ടോകൾ .

ഒന്ന് അമ്മ , അമ്മയുടെ അടുത്ത് അച്ഛൻ ഇരിക്കുന്നു . അടുത്തത് ഏതോ സുന്ദരി , അവളെ അച്ഛൻ മടിയിലിരിത്തിയിരിക്കുന്നു .

എനിക്ക് തന്നെ നാണം വന്നു .

ഞാൻ ഒന്നുകൂടി ആ ബ്ലാക്ക് ആൻഡ് വൈറ്റ് ഫോട്ടോ സൂക്ഷിച്ചുനോക്കി .

ഇവരെ ഞാൻ അറിയും

ഇവർ ...

" ഹ ... ഹ ... ഹൂ ..... "

എനിക്ക് ചിരി അടക്കാനായില്ല .

അത് അവരായിരുന്നു .

മിസ്റ്റർ വർഗ്ഗീസിന്റെ മത്രോശ്രീ ....

അവരെ ദൂരെ ഒരു നാട്ടിൽനിന്നും കെട്ടിക്കൊണ്ട് വന്നതാ .

അപ്പൊ അച്ഛന് അവരെ മുന്നേ പരിചയമുണ്ട് .

എന്റെ അച്ഛാ .... നിങ്ങളെ ഞാൻ സമ്മതിച്ചു .

ചുമ്മാതല്ല അവരെനിക്ക് ആഹാരമൊക്കെ കൊണ്ട് തരുന്നത് .

എന്നെ കാണാൻ അച്ഛനെപ്പോലെന്നാ പറയാറ് .

കൊച്ചുകള്ളീ.. ലീലാമ്മ ചേട്ടത്തീ ...

ഓ ദൈവമേ ... എന്താ ഇത് .

ഒരു കെട്ട് പേപ്പർ .

ഒരു നോവൽ ആയിരിക്കണേ ... ഞാൻ ഉള്ളിൽ പ്രാർത്ഥിച്ചു .

അത് വെറുതെ ആയി .

അത് നോവലല്ല .

അത് പ്രണയ ലേഖനങ്ങളായിരുന്നു

കുറേ കുറേ പ്രണയ ലേഖനങ്ങളായിരുന്നു .

ഞാൻ ഓരോന്ന് തുറന്ന് നോക്കാൻ തുടങ്ങി .

'അമ്മ' മാലതി എഴുതിയത്

ലീലാമ്മ എഴുതിയത് .

അംബുജം എഴുതിയത്

കല്യാണി എഴുതിയത്

നളിനി എഴുതിയത്

മല്ലി എഴുതിയത് .

കാവേരി എഴുതിയത്

പിന്നെയും ഏഴോളം പേരുകൾ

ഈശ്വരാ ....

അച്ഛാ ....

ഞാൻ നമിച്ചു എന്റെ അച്ഛാ .....

ഞാൻ ആ കെട്ട് അതുപോലെ മാറ്റിവെച്ചു .

അടുത്ത് ഏതാണ് എന്നെ കാത്തിരിക്കുന്നത് .

ഞാൻ നോക്കി .

ഒരു കത്തി . അത് ഒരു തുകൽ ഉറയില്ലായിരുന്നു .

ഞാൻ അത് പുറത്തെടുത്തു .

കൊള്ളാം നല്ല മൂർച്ച .

അതും ഞാൻ മാറ്റിവെച്ചു .

ഒരു തുകൽ ബാഗ് അതിൽ ഒരുപാട് മാലകൾ എല്ലാം
സ്വർണ്ണമാണോ , ആയിരിക്കണേ ദൈവമേ ...

എന്തായാലും സ്വർണ്ണനിറമാണ് .

ഇങ്ങേർക്ക് സ്വർണ്ണക്കടത്ത് ആയിരുന്നോ പണി .

കിട്ടി , രണ്ട് ജോഡി ജുബ്ബയും പാന്റ്സും

ഒരു പഴയ വടക്ക് നോക്കി

പിന്നെ ഒരു പോക്കറ്റ് വാച്ച് .

കുറച്ച് രൂപ , പേന , വെള്ളക്കടലാസുകൾ .

പിന്നെ ആ പഴയ ചെറുകഥയും .

അത് അച്ചടിച്ച് വന്ന കുമുദം വാരികയും

ഞാൻ അത് വായിച്ചു .

ചെറുകഥ

ഞാനും നിങ്ങളും

ജനൽ പാളിയിലൂടെ പ്രകാശം അരിച്ചിറങ്ങി .
ചെറുതണുപ്പുള്ള സ്വർണ്ണനിറമുള്ള പ്രഭാതം . കാറ്റ്
അകത്തേക്ക് വരുന്നുണ്ട് . ഞാൻ എഴുന്നേറ്റ് ആ ജനൽ
പാളികൾ മെല്ലെ തുറന്നു . അട്ടിയിട്ട പോലെ വീടുകൾ,
പല നിറത്തിൽ ,ഒരു വല്ലാത്ത സൗന്ദര്യം. മഴവില്ല്
പോലെ ,അങ്ങ് ദൂരെ കടൽ ,

എന്ത് മനോഹരം .

ഞാൻ ഒരു കാപ്പിയിട്ടു . എന്റെ മഞ്ഞ കപ്പ് . ഒരു
പിറന്നാൾ ദിനം അവൾ സമ്മാനിച്ചതാണ് . അവൾ തന്ന
ആറ് കൊല്ലത്തെ പിറന്നാൾ സമ്മാനങ്ങൾ ഇപ്പോഴും
എന്റെ കൈയ്യിൽ ഭദ്രം .പക്ഷേ അവളോ മറ്റൊരാളുടെ
കൈയ്യിലും . അവൾക്ക് എന്താണ് വേണ്ടത്
അയാൾക്കും അറിയില്ല , എനിക്കും . ഇനി വേറെ
ആർക്കെങ്കിലും അറിയുമോ അതും അറിയില്ല,
അവൾ ഇപ്പോഴും ഇടക്ക് എന്നെത്തേടി വരും , കുറേ
തത്ത്വങ്ങൾ നിരത്തും ഞാൻ അതൊക്കെയങ്ങ്
കേൾക്കും , അന്നൊക്കെ ഞാൻ പ്രണയത്തോടെ
അവളെ പുണർന്നിരുന്നു , ഇന്ന് കാമത്തോടെയും .
പെൺകുട്ടികൾ ഒരുപാട് മാറിയിരിക്കുന്നു .

പുറത്തെ മനോഹാരിത ആസ്വദിച്ചുകൊണ്ട് കുറേനേരം
ഞാൻ അങ്ങനെ നിന്നു . പിന്നെ കസേരയിലേക്ക്
അമർന്നു .

പിന്നെ അച്ഛന്റെ പേര്

ഈ കഥ കണ്ടിട്ടാണോ അമ്മ വീണത് .

എന്തൊരു കൂതറ കഥ

ആ ... ചിലപ്പോ ആ സമയം ഇത് മോഡേണായിരിക്കും .

എന്തായലും ....

അച്ഛൻ ആള് ഒരു ഭീകരനായിരുന്നു .

ഹോ ...

ഭാഗം : മൂന്ന്

വികൃതികൾ

ഞാൻ വീണ്ടും കത്തുകളുടെ കൂമ്പാരമെടുത്തു .

അമ്മ എഴുതിയതാണ് ആദ്യം കിട്ടിയത് .

വായിക്കണോ , ഒരു ശങ്ക

അമ്മ അച്ഛന് മാത്രമായി എഴുതിയ കത്ത് .
വായിക്കുന്നത് അത്ര ശരിയല്ല .

എന്നാലും ഒരു... ഒരാകാംഷ

ഞാൻ അത് തുറന്ന് വായിക്കാൻ ആരംഭിച്ചു .

എന്റെ പ്രീയപ്പെട്ടവനേ ..

ഞാൻ നിന്റെ മാത്രം മാലതി എഴുതുന്നത് .

എത്ര ദിവസങ്ങളായി കണ്ടിട്ട് . നിന്നെ ചേർത്ത് പിടിച്ചിട്ട്.
നിന്റെ കൂടെ ഉറങ്ങിയിട്ട് ,ഇനി നീ എന്ന് വരും . നിന്റെ
കത്തുകൾ എനിക്ക് പ്രാണവായുവാണ് . അടുത്ത
മാസം ഇരുപത്തിഒന്നിന് നീ വരണം അന്ന് ഞാനും
അമ്മൂമ്മയും മാത്രമേ ഉണ്ടാവൂ , നീ വരണം വാതിൽ
ഞാൻ അടക്കില്ല . ഒരായിരം ഉമ്മകൾ

പ്രീയപ്പെട്ടവനെ ഞാൻ കാത്തിരിക്കും

എന്ന്

ഏട്ടന്റെ മാലുമോൾ

മാലുമോളോ ....

അയ്യേ .. എന്താ ഇത് ...

വായിക്കണ്ടായിരുന്നു .

ശ്ശേ ... മോശം , മോശം, മോശമായിപ്പോയി

അച്ഛനാണത്രെ അച്ഛൻ .

കോഴി മനുഷ്യൻ .

പിന്നെ എന്നെ കുറ്റം പറഞ്ഞിട്ട് കാര്യമുണ്ടോ

മത്തൻ കുത്തിയാൽ കുമ്പളം മുളക്കില്ലല്ലോ

ഞാൻ നെടുവീർപ്പെട്ടുകൊണ്ട് എന്റെ ചുവന്ന
പാലുണ്ണിയിൽ തടവി .

അടുത്ത കത്ത് നോക്കാം .

അതും അമ്മയുടെ തന്നെ

പ്രിയനേ ...

ഞാൻ നിന്റെ മാത്രം മാലതി എഴുതുന്നത് .

അന്ന് വന്ന് പോയിട്ട് ഇപ്പോൾ രണ്ട് മാസം കഴിഞ്ഞു .
ഇനി എനിക്ക് ഇനിയും ഇങ്ങനെ നിൽക്കാൻ
സാധിക്കില്ല . നിന്നോട് അലിഞ്ഞുചേരാൻ എനിക്ക്
കൊതിയാകുന്നു . എന്റെ ഉദരത്തിൽ നീ നട്ട കഥ
വളരുന്നു . നീ അച്ഛനാകാൻ പോകുന്നു അടുത്ത
വെള്ളിയാഴ്ച്ച നീ വരണം അമ്മൂമ്മ മാത്രമേ ഉണ്ടാവൂ .
ഞാൻ ഒരുങ്ങി ഇരിക്കും .

എന്ന്

ഏട്ടന്റെ മാത്രം

മാലു

മാലുമോൾ പോയി മാലുവായി

ഓഹോ .. അപ്പൊ അങ്ങനെയാണ് കാര്യം .

ഇനി അമ്മയുടെ കത്തുണ്ടോ വീണ്ടും ഞാൻ നോക്കി .

കുറച്ച് പരതിയപ്പോൾ കിട്ടി .

ഞാൻ പോകുന്നു ,

നിങ്ങളെന്നെ തിരയേണ്ട . ഇനിയും എന്നെ ഇവിടെ തളച്ചിടാൻ എനിക്ക് കഴിയില്ല . നിങ്ങൾ എന്നോട് ചോദിച്ചത് ശരിയാണ് . ഞാൻ സമ്മതിക്കുന്നു. നിങ്ങളുടെ മുഖത്ത് നോക്കി സമ്മതിക്കാൻ എനിക്ക് കഴിഞ്ഞില്ല . കാരണം നിങ്ങളുടെ ജീവിതത്തിൽ ഞാൻ മാത്രമേ ഉള്ളൂ . ഇനിയും ഇങ്ങനെ അരിഷ്ടിച്ച് എനിക്ക് പറ്റില്ല . നിങ്ങൾ ഒന്നും ചെയ്യുന്നില്ല . ഇങ്ങനെ എപ്പോഴും മുഖം നോക്കി സ്നേഹിക്കാൻ എനിക്ക് അറിയില്ല . ഇനി എന്നെ തിരക്കരുത് . മോനെ നിങ്ങൾ നോക്കിക്കോളൂ .

എന്ന്

മാലതി

ഓ ... ഇതാണ് ആ കത്ത് .

പോകുമ്പോൾ അമ്മ എഴുതി വെച്ചത് .

അപ്പൊ സ്നേഹം കൂടിയാലും പ്രശനമാണ് . കുറഞ്ഞാലും പ്രശ്നമാണ് .

മാലുമോൾ പോയി മാലുവായി പിന്നെ മാലു പോയി മാലതിയായി .

പ്രിയനുമില്ല , ഏട്ടന്റെ മാത്രവുമില്ല , മൊത്തം നിങ്ങള് മാത്രം

പക്ഷേ ഇതില് ആര് ആരെ ഉപേക്ഷിച്ചു .

ചിലപ്പോൾ പുള്ളിക്കാരിയുടെ മനസ്സിൽ ഇപ്പോഴും ആ
വേദനയുണ്ടായിരിക്കും . സ്നേഹനിധിയായ
ഭർത്താവിനേയും മകനേയും ഉപേക്ഷിച്ചുപോയ വേദന.

കഷ്ടം

അച്ഛനാരാ മോൻ

പവിത്രബന്ധം ഉപേക്ഷിച്ച അമ്മ ഇതൊക്കെ
അറിഞ്ഞിരുന്നോ എന്തോ .

‘ നിങ്ങളുടെ ജീവിതത്തിൽ ഞാൻ മാത്രമേ ഉള്ളൂ . ”

എന്റെ അമ്മേ .... ശോ ....

ഈ കത്തെല്ലാംകൂടി വായിച്ച് ഇനി ഞാൻ വഴിതെറ്റുമൊ
ദൈവമേ ...

പിന്നെ

സ്വന്തം കല്യാണി എന്ന് പുറകിലെഴുതിയ ഒരു കത്ത്
ഞാനെടുത്തു .

കല്യാണി

ഇനി ഇതാരാ ...

ആ കത്തിനുള്ളിൽ ഒരു ചെറിയ കവർ .

ഞാൻ അത് തുറന്ന് നോക്കി .

ഒരു ഫോട്ടോ

ഇവരെ ഞാൻ എവിടേയോ കണ്ടിട്ടുണ്ട് . എവിടയോ ....

ആ... അത് തന്നെ 'കല്യാണിയമ്മ '.

ജംഗ്ഷന് അടുത്ത് ആ രണ്ട് നില വീട്ടിലെ അമ്മച്ചി .

അപ്പൊ അതാണ് എനിക്ക് ഇടയ്ക്കിടെ വഴിയേ പോകുമ്പോൾ ചക്കേം മാങ്ങയുമൊക്കെ തന്ന് സ്നേഹിച്ച് വിടുന്നത് .

അപ്പൊ ഈ കത്തുകള് മുഴുവൻ കുത്തിയിരുന്ന് വായിക്കേണ്ടിയിരിക്കുന്നു .

ഞാൻ ഭിത്തിയിലേക്ക് നോക്കി .

അങ്ങേര് ദേ എന്നെ നോക്കി ചിരിച്ചികൊണ്ട് ഇരിക്കുന്നു .

ഉണങ്ങിയ കാമദേവൻ

മിസ്റ്റർ മന്മഥൻ

എന്റെ അച്ഛൻ .

ഭാഗം : നാല്

പാലുണ്ണി

ഇനി കത്ത് വായിക്കണോ ...

എന്തായാലും തുടങ്ങി , ഇനി തീർത്തേക്കാം

അല്ല പിന്നെ .

കല്യാണിയുടെ കത്ത് .

നിന്റെ മാത്രമാകാൻ വെമ്പുന്നവൾ

അന്തരം ഒരുപാടുണ്ട് അറിയാം . എന്നാലും എന്നെ
സ്നേഹിച്ചുകൂടെ . ഞാൻ ഒരു ശല്യവും
ചെയ്യുന്നില്ലല്ലോ . ഞാൻ എത്ര അടുത്തല്ലേ . ഞാൻ
എന്റെ വീട്ടിന് പുറകിലെ നാട്ടുമാവിന്റെ പുറകിൽ വരാം.
നീ വരുമോ . ഞാൻ എന്നും നിന്നെ കാക്കും . രാത്രി
ആരും കാണില്ല .

നീ വരണം . നീ വരണം

ഒരു ഫോട്ടോ വെക്കുന്നു , ഇത് കാണുമ്പോളൊക്കെ നീ
എന്നെ ഓർക്കണം .

എന്ന് സ്വന്തം കല്യാണി .

എന്തായാലും ഫോട്ടോ വെച്ചത് നന്നായി , ഇല്ലേ
ഞാനെങ്ങനെ അറിഞ്ഞേനെ ?

ശ്ശെട .…. ഇതിപ്പോ മിസ്റ്റർ മന്മഥൻ വളക്കാൻ
നോക്കിയതല്ല .

 മന്മഥനെ വളക്കാൻ നോക്കുകയാണ് .

ഇര മന്മഥനാണ് .

ഞാൻ വെറുതേ പാവത്തിനെ തെറ്റിധരിച്ചു .

എന്നാലും .….

എന്ത് കണ്ടിട്ടാണ് , മനസ്സിലാകുന്നില്ലല്ലോ .

ഞാൻ താടിയിലെ ആ എന്റെ ചുവന്ന പാലുണ്ണിയിൽ
തടവിക്കൊണ്ട്

അച്ഛന്റെ ആ ഫോട്ടോയിൽ നോക്കി ഇരുന്നു .

ഒരു നെടുവീർപ്പോടെ .

അപ്പോഴാണ് ഞാൻ ആ നഗ്നസത്യം ഓർത്തത് .

കല്യാണികുട്ടിയുടെ മകൾ ഇന്ദിരക്കുമുണ്ട് ആ ട്രേഡ്
മാർക്ക് .

താടിയിൽ ആ ചുവന്ന പാലുണ്ണി .

അപ്പൊ അവിടെയും വിത്ത് .

ഈശ്വരാ ...

നാലാൾ അറിഞ്ഞാൽ ബാങ്കിൽ നിന്ന് കിട്ടുന്ന കാശിന് അവകാശികൾ കൂടും. ഇനി എത്രയെണ്ണമുണ്ടാകും പാരമ്പര്യം കാത്തുസൂക്ഷിക്കാൻ .

അപ്പൊ ആ മിസ്റ്റർ വർഗ്ഗീസിന്റെ പാലുണ്ണി .

അതും അൺഒഫീഷ്യലാകുമോ .

ആവാം .

ആ അമ്മച്ചി അച്ഛന്റെ മടിയുലിരുന്നുള്ള ഫോട്ടോ ഞാൻ കണ്ടതാ . ആ ഇരുപ്പ് അത്ര ശരിയല്ല . ചിലപ്പോ ഫ്രണ്ട്സാണെങ്കിലോ ?

അല്ല , ഇത് അതല്ല .

ഉറപ്പാ അവൻ അൺഒഫീഷ്യലാ .

അഹങ്കരി , അൺഒഫീഷ്യൽ ഫെലോ .

ഇനി ചുറ്റുപാടുമൊന്ന് ഇറങ്ങി പരതണം

അൺഒഫീഷ്യൽ പാലുണ്ണികൾ കുറെ കാണും .

ഞാൻ ഓരോന്ന് ഓർത്തുകൊണ്ട് അങ്ങനെ ഇരുന്നു . ഒരു സുഖം പോര , വല്ലതും കഴിക്കണം പക്ഷേ പറ്റുകാശ് കൊടുക്കാത്തതുകൊണ്ട് ചായകടക്കാരന് ഇത്തിരി തലക്കനമുണ്ട് .

പെട്ടിയിലെ അച്ഛന്റെ തുകൽ പേഴ്സ്സിൽ കാശുണ്ട് .

എനിക്ക് ഒരു ആറ് മാസം സുഭിക്ഷമായി
കഴിയാനുള്ളത് .

എന്റെ തല അൽപ്പം ഉയർന്നോ .

ഉണ്ടാവണം .

ചുറ്റുപാടുമുള്ള തലക്കനങ്ങൾ ഞാൻ ഒരുപാട്
കണ്ടിട്ടുണ്ട് .

കാശ് തലക്കനമുണ്ടാക്കും .

സ്നേഹമില്ലാതാക്കും .

പക്ഷേ ചുറ്റുമുള്ള എന്റെ അമ്മയുടെ പ്രായമുള്ള
ഒരുവിധം എല്ലാ സ്ത്രീകളും എന്നോട് സ്നേഹം
കാട്ടിയിട്ടുണ്ട് . കാട്ടുന്നുണ്ട് .

വീണ്ടും കാളിങ്ബെൽ അല്ല ; കതകിൽ മുട്ട് കേട്ടു .

ശ്ശെ , ഇനി ആരാണ് ? പുതിയ രസം കൊല്ലി .
അവനായിരിക്കും ആ വർഗ്ഗീസ് , ചെറ്റ .

നാല് പറയാമായിരുന്നു .

പിന്നെ ലീലാമ്മ ചേട്ടത്തിയെ ഓർത്തു . അവന്റെ അമ്മ,
വല്ലപ്പോഴും ആഹാരം തരുന്നവരാ അത് ഇല്ലാതാക്കണ്ടെ.

ഞാൻ കതക് തുറന്നു .

ലീലാമ്മ ചേട്ടത്തി മുന്നിൽ .

വാഴയിലകൊണ്ട് അടച്ച പാത്രം എന്റെ നേരെ നീട്ടി .

നല്ല ഗുമു ഗുമു മണം .

കപ്പയും ബീഫും .

പൊളിച്ചൂ .

ഞാൻ ചിരിച്ചുകൊണ്ട് വാങ്ങി .

" നീ വല്ലോം കഴിച്ചാരുന്നോ ?"

ലീലാമ്മ ചേട്ടത്തി ചോദിച്ചു .

" ഇല്ല , കഴിക്കാനിറങ്ങുവാരുന്നു , ഇച്ചിരി തിരക്കായി പോയി "

ഞാൻ പറഞ്ഞു .

" കഴിക്കാതെ നിനക്ക് എന്ത് തിരക്ക് ,
വീട്ടിലെന്തെങ്കിലും വെച്ചുകഴിച്ചൂടെ . അല്ലെ ഞാൻ
അപ്പറത്തില്ലായോ . നിനക്കുംകൂടെ തരാനുള്ളത് ഞാൻ
എന്നും ഉണ്ടാക്കും "

ഇത്തിരി വിഷമം കലർന്ന ശബ്ദത്തിൽ അവർ
പറഞ്ഞു . ആ വാക്കുകൾ അതിൽ സ്നേഹം
നിറഞ്ഞിരുന്നു .

അവർ കൈവെള്ളയിൽ ചുരുട്ടിവെച്ചിരുന്ന കാശ്
എന്റെ നേരെ നീട്ടി .

"നീ കൊണ്ടുപോയി ബില്ലടക്ക് കറണ്ടില്ലാതെ

എങ്ങനാ ?"

ഞാൻ വാങ്ങി .

കാരണം അത് കാശാണ് . കാശ് വരുന്നതിനും
പോകുന്നതിനും ഒരു സമയമുണ്ടെന്ന് അച്ഛൻ
പറയുന്നത് കേട്ടിട്ടുണ്ട് . അതുകൊണ്ട് ഞാനത് വാങ്ങി

" പാത്രം ഞാൻ കൊണ്ടുത്തെരാം "

ഞാൻ പറഞ്ഞു

പിന്നെ

അവർ ചിരിച്ച് സന്തോഷത്തോടെ പോകുന്നത് ഞാൻ
നോക്കി നിന്നു .

ഇപ്പൊ ജീവിതം കൊള്ളാം

രാവിലെ ആഹാരത്തിന് കാശില്ല .

എഴുതാമെന്ന് വെച്ചാൽ മനസ്സിൽ കഥയില്ല .

വീട്ടിലെ മുഴുവൻ അംഗങ്ങളും അഹങ്കാരികൾ .

ഭീഷണി നടത്തുന്നവർ

അതിൽ എല്ലാരും പെടും

വാതിൽ

ജനാല

പത്രങ്ങൾ

കട്ടിൽ

കസേര

അങ്ങനെ എല്ലാം .

എനിക്ക് വട്ടാണെന്ന് തോന്നുന്നോ .

എനിക്ക് വട്ടില്ല .

ഇവരെക്കെയാണ് എപ്പോഴും എനിക്ക് ചുറ്റുമുള്ളത് .
അവർ എന്നോട് സംസാരിക്കും ഞാനും .

എനിക്ക് വട്ടില്ല

നിനക്കൊക്കെയാണ് വട്ട് .

ഞാൻ എഴുതിയതും വായിച്ചിക്കുകയയല്ലേ .

കഥയിൽ നിന്നും പോയി . ശോ ...

പറഞ്ഞുവന്നത്

ഇപ്പൊ ജീവിതം കൊള്ളാം .

ഒരു പുണ്ണാക്കുമില്ലാതെ തെണ്ടിയിരുന്ന ഞാനാ .

ഫ്യൂസ് മകൻ ഊരികൊണ്ട് പോകുന്നു .

കഴിക്കാൻ അമ്മ ബീഫും കപ്പയും കൊണ്ട് വരുന്നു .

അതേ അമ്മ കാശ് തരുന്നു . അതും അവരുടെ മകൻ
ഊരികൊണ്ടുപോയ ഫ്യൂസ് കുത്താൻ .

അച്ഛന്റെ പെട്ടി തപ്പാൻ നോക്കിയത് അതിലും പൊളി .

കാശ് നിറച്ച ഒരു തുകൽപ്പേഴ്സ് .

ഒരു പത്ത് ഇരുപത് മാലകൾ , അത് സ്വർണ്ണമാണോ ?
ഹോ ... ദൈവമേ ആവണേ...

പിന്നെ കത്തുകൾ , കത്തുകൾ , കത്തുകൾ .

പ്രേമം തലക്ക് പിടിച്ച തരുണീമണികളുടെ കത്തുകൾ .

രണ്ട് തരുണീമണികളെ കിട്ടി , കൂടെ രണ്ട്
സഹോദരങ്ങളേയും

ബാക്കി കണ്ട് പിടിക്കണം .

കാറ്റുള്ളപ്പോ തൂറ്റണം .

ഞാൻ കപ്പ ബീഫിൽ മുക്കി നാവിൽ വെച്ചു .

ഹോ എന്തൊരു രുചി .

കുറച്ച് തേങ്ങാച്ചമ്മന്തി കൂടി വേണം നല്ല എരിവും
പുളിയുമുള്ളത് .

വായിൽ വെള്ളം നിറഞ്ഞു .

ഞാൻ ഒരു ദയയും ഇല്ലാത്തവനാണ് .

അവരെ ഞാൻ ഉമിനീരിൽ ചാലിച്ച് വായിലൂടെ
അന്നനാളത്തിലൂടെ ആമാശയത്തിലെത്തിച്ചു .

അവിടെ അവർ കൊല്ലപ്പെട്ടു .

പാവം ബീഫും കപ്പയും .

ഇനി ഇത് കണ്ടിട്ടാരും തല പെരുപ്പിക്കണ്ട . ഞാൻ
ബീഫ് കഴിക്കും . ഇത് കേരളമാ , ഞാൻ മലയാളിയും .

ഭാഗം : അഞ്ച്

ആറ്റികുറുക്കൽ

വയറ് നിറഞ്ഞു .

ഏമ്പക്കമിട്ട് ഞാനിരുന്നു .

കത്തുകൾ കുറെ ഉണ്ട് .

വായിക്കണോ , അതോ ...

അല്ലേൽ വേണ്ട രാത്രിയാകട്ടെ . ഇപ്പൊ പോയി ബില്ലടക്കാം ,

ഫ്യൂസും വാങ്ങിവരാം അതാവുമ്പോൾ രാത്രി ഇരുട്ടത്ത് ഇരിക്കണ്ട .

ഇരുട്ട് പേടിയൊന്നുമല്ല .

ഒരു ഇത് , ഇത് എന്നുവെച്ചാ ഒരു ഇത്. അത്രേം മനസ്സിലാക്കിയാ മതി .

ഞാൻ വീട് പൂട്ടി പുറത്തിറങ്ങി . ഗേറ്റെത്തി.

ഗേറ്റ് അടച്ചുകൊണ്ട് ഞാൻ എന്റെ വീടും പരിസരവും നോക്കി . ആരെയും കുറ്റം പറയാനൊക്കുകേല . അത്ര മനോഹരമായിരുന്നു .

പത്ത് മുപ്പത് കൊല്ലം മുമ്പ് .

ഇപ്പൊ വള്ളിക്കൂടില് പോലെയാണ് . മരങ്ങളും വേരുകളും വള്ളികളും ഒക്കെ കൂടി ഒരു കാവ് പോലെ .

പ്രതാപം മറഞ്ഞുതുടങ്ങിയ പാവം ഗേറ്റ് . തുരുമ്പിച്ച് അവനൊരു പരുവമായിരിക്കുന്നു .

ഒരു പണിക്കാരനെ വിളിച്ചാലോ , ഒരു ദിവസത്തേക്കുമതി . ഇപ്പൊ കാശുണ്ട് . വീടും പുരയിടവും ഒന്ന് നന്നാക്കിക്കാം . പിന്നെ ഗേറ്റിന് കുറച്ച്

പെയിന്റെടിക്കാം അപ്പോത്തന്നെ ഒര്
ഐശ്വര്യമുണ്ടാവും .

പക്ഷെ വിളിച്ചാല് ആരേലും വരുമോ എന്തോ , അല്ല
കഴിഞ്ഞ ദിവസം പ്രായമായ ഒരു അമ്മൂമ്മ
തിരികത്തിക്കാന് വന്നിരുന്നു .

കാവ് എപ്പോ തുറക്കുമെന്നൊരു ചോദ്യം .

അവരെ പറഞ്ഞു വിടാന് പെട്ട പാട് . ദൈവമേ ..

അവര് തിരി കത്തിച്ചിട്ടേ പോകത്തോളെന്ന് . ഹൊ ..

ഇനി ഇത് നന്നാക്കാന് ആരെയെങ്കിലും വിളിച്ചാല്

ദൈവകോപം കിട്ടുമെന്ന് പറയുമോ എന്തോ ?

ഞാന് ഒന്നുകൂടി അടിമുടി അവളെ ഒന്ന് നോക്കി

ശരിയാ ഈ കോളനിയിലെ ഏറ്റവും മോശം ഇവളാ ..

എന്റെ വീട് .

ശരിയാക്കണം .

കാശ് വരുമ്പോളുണ്ടാവുന്ന ഒരു കുന്തളിപ്പാണെന്ന്
കരുതിക്കോ .

പണിക്കാരനെ നാളെ തന്നെ വിളിക്കണം .

ബംഗാളില് നിന്നും ആളെ ഇറക്കാം . ഒരാള് ധാരാളം

ഓരോന്ന് ഓര്ത്തുകൊണ്ട് ഞാന് നടന്നു .

നടന്ന് നടന്ന് ഞാൻ ഇലക്ട്രിസിറ്റി ഓഫിസിന്
മുന്നിലെത്തി . കാശടക്കാൻ ഒരുപാട് ആൾക്കാരുണ്ട് ,
പക്ഷേ ഫ്യൂസ് ഊരിയത് എന്റെ മാത്രമാണ് .

ആ വർഗീസ്സ് ആണ് .

അവനാണ് കാരണം .

നിനക്ക് ഞാൻ വെച്ചിട്ടുണ്ട് . ഞാൻ വെച്ചിട്ടുണ്ട് .

ഞാൻ മനസ്സിൽ പറഞ്ഞുകൊണ്ട് പല്ലുറുമികൊണ്ട്
കാശടച്ച് ഫ്യൂസ് വാങ്ങി .

അവൻ അകത്തിരുന്നു നോക്കുന്നു .

അവൻ ജിമ്മനും ആജാനബാഹുവുമാണ്

എന്നാലും നിനക്ക് ഞാൻ വെച്ചിട്ടുണ്ട് .

അഹങ്കാരി

"പിന്നെ , നിന്റെ തന്നെ കാശാ ഞാൻ കൊണ്ട് അടച്ചത്,
നാണം കെട്ടവനെ . "

മനസ്സിൽ പിറുപിറുത്തുകൊണ്ട്

പുച്ഛഭാവത്തിൽ ചിറികോട്ടി ഞാൻ വേഗത്തിൽ നടന്നു .

അതാ നല്ലത് .

വേറൊന്നുമല്ല കീഴ്ശ്വാസത്തിന്റെ കാര്യം , ഇപ്പോഴും
ആ ബലത്തിലാ ..

ഇനി ഒന്ന് പുഷ്ടിക്കണം .

വഴി ഞാൻ കണ്ട് പിടിച്ചിട്ടുണ്ട് .

ഇനി സമയാസമയം ആഹാരം

എന്നും വൈകിട്ട് ചായക്കടേന്ന് ഒരു
ഹോർലിക്സടിക്കണം .

പിന്നെ ലീലാമ്മ ചേട്ടത്തി, അവരെ ഒന്നുകൂടി പതപ്പിച്ചാ
ഇടക്കിടെ നല്ല ഫുഡ് അടിക്കാം .

ആ പത്രം കൊടുത്തിട്ടില്ല .

പതപ്പീര് ഇന്ന് തന്നെ തുടങ്ങണം . വർഗ്ഗീസ് ഇല്ലാത്ത
സമയം നോക്കി വേണം , അവൻ അറിഞ്ഞാ , അവന്റെ
കൈ അറിയും പിന്നെ എന്റെ മുതുകറിയും. ഒള്ള
ശ്വാസം വിട്ട് ഞാൻ ദിവങ്കതനുമാവും.

അത് വേണ്ട .

അവൻ ഇല്ലാത്ത സമയം നോക്കി രഹസ്യമായിട്ടാവാം
പണി .

അങ്ങനെ മനസ്സില് നിറച്ച് ആ മിഷന്റെ
സ്കെച്ചിട്ടുകൊണ്ട് ഞാൻ നടക്കുകയാണ് .

നടന്ന് നടന്ന് ആ നടപ്പ് ചായക്കടയുടെ മുന്നിലാണ്
നിന്നത് .

ഞാൻ നോക്കി .

അടുത്ത ഭീകരൻ . ചായക്കടക്കാരൻ പത്രോസ്

ഞാൻ അയാളുടെ കീഴ്ത്താടിയിലേക്ക് നോക്കി .

പല്ലുകൾ ഉറുമുന്നുണ്ടോ ?

ഉണ്ട് .. ഉണ്ട്

നൂറ്റിമുപ്പത്തിഅഞ്ച് രൂപ അമ്പത് പൈസ

അതിനാണ് അയാളുടെ പല്ല് ഉറുമൽ .

നാല് കമ്പില് ഓലകെട്ടിയും മരപ്പലക അടിച്ചും കെട്ടിയ ചായക്കട

എന്നിട്ട് പേര്

ത്രീ സ്റ്റാർ ടി ഷോപ്പ് .

ഹും . വേറെ വഴിയില്ല .

പ്രായമുള്ള ആളാണെങ്കിലും

അയാളൊരു അജാനബാഹുവാണ് .

ഉരുക്ക് കൈ

വർഗ്ഗീസിനെ പോലെ വലിയ ശരീരം.

ഹോ ...

എനിക്ക് ആണെങ്കിൽ ഈ അജാനബാഹുക്കളെ കാണുന്നതേ ഇഷ്ടമല്ല .

വെറുത്തുപോയി .

ഇവമ്മാരാണ് ലോകത്ത് പട്ടിണി കൂട്ടുന്ന ആൾക്കാർ .

പോലീസ് സ്വമേധയാ കേസെടുക്കണ്ടതാ . അതെങ്ങനാ ആ ഇടിയൻ പൈലിപോലിസ് . അയാളാണ് ഇവിടെ

ഏറ്റവും വലിയ അജാനബാഹു. അപ്പൊ
കേസെങ്ങനെയെടുക്കും. .

ആ ഇവിടെ പാവങ്ങൾക്കും ജീവിക്കണം .
അനാവശ്യതടി നിയമം മൂലം നിർത്തലാക്കണം .
പഞ്ചായത്തിലെ പരാതിപ്പെട്ടിയിൽ ഒരു കത്തിടണം .
അവൻമ്മാർ എന്റെ കത്തുകൾക്ക്
വിലകൊടുക്കുന്നില്ലേ എന്നൊരു സംശയം ഇല്ലാതില്ല .

എന്തായാലും ഇനിയും ഞാനിടും .

ചായക്കടക്കാരൻ പത്രോസ്

അയാൾ എന്നെ നോക്കികൊണ്ട് തന്നെ ചായ നീട്ടി
അടിച്ചു .

" എന്താണ് ?"

അയാൾ എന്നോട് ചോദിച്ചു .

" പറ്റു തീർക്കണം . അതൊന്ന് നോക്കിപറയണം ."

ഞാൻ പറഞ്ഞു .

" ആ പറ്റുതീർക്കാനാണോ , കാണാത്തപ്പോ ഞാൻ
കരുതി ... അത് നോക്കാനൊന്നുമില്ല . നൂറ്റിമുപ്പത്തി
അഞ്ച് രൂപ അമ്പത് പൈസ "

അയാൾ പറഞ്ഞു .

കണക്ക് ശരിയാ . പഹയന് ഭീകര ഓർമ്മയാ . പറ്റ്
ബുക്ക് നോക്കി കണക്ക് പറയുന്നത് ഞാൻ കണ്ടിട്ടില്ല .
ആര് വന്ന് ചോദിച്ചാലും അവരുടെ പറ്റുകണക്ക്
കാണാതെ പറയും .

അത് ആൾക്കാരിൽ ഭയവും ബഹുമാനവും
ഉണ്ടിക്കിയിരുന്നു .

"എടിയേ ആ എഴുത്തന്റെ മോന് എന്താ വേണ്ടതെന്നു
വെച്ചാ കൊടുക്ക് .

അയാൾ അകത്തോട്ടു നോക്കി പറഞ്ഞു .

എഴുത്തൻ ; അച്ഛനെ ഇവിടെ എല്ലവരും പറയുന്നത്
അങ്ങനെയാണ്

എഴുത്തൻ

അതുകൊണ്ട് ഞാൻ എഴുത്തന്റെ മോൻ

അച്ഛനാണെ എഴുതിയത് ആകെ ഒരു ചെറുകഥയാ ,
അതിന് ഇവമ്മാർ ഇങ്ങനെ ഒരു അവാർഡ്
കൊടുക്കണ്ടാരുന്നു .

എഴുത്തൻ പോലും

എങ്കിലും ഞാനൊന്ന് ഞെളിഞ്ഞിരുന്നു . കൈയ്യിൽ
കാശുണ്ട്.

" എടിയേ ... മല്ലികേ , ഇവളെവിടെ പോയി കിടക്കുന്നു ."

" ദാ വരുവാ "

അകത്ത് നിന്നും മല്ലിക ചേച്ചി ഓടി ഇറങ്ങി വന്നു .

"നീ എവിടാരുന്നു ? "

അയാൾ അവരോടു ചോദിച്ചു .

"ഞാൻ പുറകില് പാത്രം നിറക്കുവാരുന്നു . "

" ആ . ശരി , ആ ചെറുക്കന് എന്താന്ന് വെച്ചാ എടുത്ത്
കൊട് . "

"ആ ചേട്ടാ ."

" ആ മോനേ എന്താ വേണ്ടേ "

 അവര് നല്ല വാത്സല്യം കലർത്തി എന്നോട് ചോദിച്ചു.

" നാല് പൊറോട്ട , ഒരു മുട്ടക്കറി , ഒരു ബീഫ് ഫ്രൈ ,
പാഴ്സല് . ഒരു താറാമുട്ടയും ഹോർലിക്സും ഇപ്പൊ "

ഞാൻ പറഞ്ഞു .

ഞാൻ പറഞ്ഞത് കേട്ട് ആ കട തന്നെ ഞെട്ടി.

എല്ലാവരും എന്നെ നോക്കി .

വല്ലപ്പോഴും രണ്ട് പൊറോട്ട , വെറും കറി

 ചിലപ്പോൾ ഒരു കാലി ചായ

ആ അവനാണ് .

അവരൊക്കെ എങ്ങനെ സഹിക്കും .

മല്ലിക ചേച്ചി

എന്നെ നോക്കി തന്നെ നിന്നു . ഒരു ചോദ്യചിഹ്നം
പോലെ

പിന്നെ ഉത്തരത്തിന് ഭർത്താവിനെ നോക്കി .

ഭർത്താവ് കൊട് എന്ന് തലവെട്ടിച്ച് ആംഗ്യം കാണിച്ചു.

" പഴയ പറ്റുള്ളത് ഇന്ന് തീർക്കില്ലെ ? "

അയാൾ വീണ്ടും ഒരു സംശയഭാവത്തിൽ ചോദിച്ചു .

" ആ അതും ഇന്നത്തതും "

ഞാൻ ഇത്തിരി അഹങ്കാരത്തോടെ പറഞ്ഞു .

അയാളുടെ മുഖത്ത് അത്ഭുതം ,പിന്നെ എവിടെ നിന്നോ വിനയവും ബഹുമാനവും വന്നപോലെ .

അയാൾ അവിടവിടെ ബെഞ്ചിന് മേലെ കൊക്കുകൾ പോലെ കുത്തിയിരുന്ന് ചായ മോന്തുന്ന നരകളെ നോക്കി .

എല്ലാവരും വടക്കോട്ടോ തെക്കോട്ടോ ഒക്കെ നോക്കികളഞ്ഞു .

എനിക്ക് കാര്യം പിടികിട്ടി .

എല്ലാം പറ്റുകാരാ ....

ഞാൻ ഉള്ളിൽ ചിരിച്ചു .

മല്ലിക ചേച്ചി കൊണ്ടുവന്ന താറാമുട്ടയും ഹോർലിക്സും ഒറ്റയിരിപ്പിന് തീർത്ത് . പിടക്കുന്ന നോട്ടെടുത്ത് ചായക്കടക്കാരന്റെ പറ്റും തീർത്ത് ഞാൻ പുറത്തിറങ്ങി .

എന്റെ നെഞ്ചെളവ് ഒരു മൂന്നിഞ്ച് കൂടിയപോലെ.

തോട്ട നടന്ന് പോകുംപോലെ ആണെങ്കിലും എന്റെ
അഭിമാനത്തിലെ ആ മൂന്നിഞ്ച് എന്നെ ഉള്ളിൽ ഒരു
അജാനബാഹുവാക്കിയിരുന്നു ,

വർഗ്ഗീസിനേക്കാൾ

ചായക്കടക്കാരൻ പത്രോസിനേക്കാൾ

ഇടിയൻ പൈലിപോലിസിനേക്കാൾ

ഒരു ഭീകരനായ ആജാനബാഹു

ഭാഗം : ആറ്

ചോദ്യം

ഞാൻ അങ്ങനെ നടക്കുകയാണ് .

അപ്പോഴാണ് ആ ചിന്ത വീണ്ടും മനസ്സിലേക്ക് വന്നത് .

ചായക്കടക്കാരൻ പത്രോസിന്റെ ഭാര്യ മല്ലിക ചേച്ചി

ആ പേര് .

ഇനി അവരാണോ അച്ഛന്റെ മല്ലി

ഏയ് ആവാൻ വഴിയില്ല . അവരൊരു മദാസലയാണ് .
അത് പത്രോസിന് മാത്രം അറിയില്ല . ആ
ചായക്കടയിലെ തിരക്ക് തന്റെ ചായയുടെ
കേമമാണെന്നാണ് പുള്ളിയുടെ വിചാരം . അത് മല്ലിക
ചേച്ചിയുടെ ആരാധകമ്മാരാണെന്ന് ചേച്ചിക്കുമറിയാം
അവർക്കും അറിയാം.

അവർക്ക് ഒരു ദിവ്യപ്രേമത്തിന്റെ ആവിശ്യമുണ്ടെന്ന്
തോന്നുന്നില്ല . അതും അച്ഛനോട്

മല്ലി എന്തായാലും അവരല്ല .

നടന്ന് നടന്ന് വീട്ടിലെത്തിയത് ഞാൻ പോലും
അറിഞ്ഞില്ല .

ആ വർഗ്ഗീസ് ഓഫീസിലാണ് .

ഇപ്പൊ പാത്രം കൊടുക്കാം .

ഞാൻ ലീലാമ്മ ചേട്ടത്തിയെ സോപ്പിടാനുള്ള
പരുപാടിയുമായി അങ്ങോട്ട് തിരിച്ചു .

" ചേട്ടത്തി ... ലീലാമ്മ ചേട്ടത്തീ "

ഞാൻ വിളിച്ചു .

" ആ നീയോ , പാത്രവുമായി വന്നതാ ?"

" അതെ ."

" കൊള്ളാരുന്നോ ?"

" അടി പൊളിയായിരുന്നു . ഈ അടുത്തൊന്നും ഇത്ര നല്ല ബീഫ് കറി കഴിച്ചിട്ടില്ല . കപ്പയും കിടിലം , കപ്പയില് കടു പൊട്ടിച്ചോ ? വെളിച്ചണ്ണയില് ? "

അവരുടെ മുഖം പൂ പോലെ വിടർന്നു .

" ഉം .. അത്ര നന്നായിരുന്നോ ? "

അവർ വീണ്ടും ചോദിച്ചു .

" ആന്ന് , നന്നായിരുന്നു . ഇനി ഇതുപോലെ സ്പെക്ഷൽ ഉണ്ടാക്കുമ്പോൾ എന്നെ മറക്കണ്ട , ഇവിടെ നിന്ന് ഒന്ന് കൂവിയാ മതി ഞാൻ പറന്ന് എത്തിക്കോളാം "

ഞാൻ പറഞ്ഞു .

അവർ വീണ്ടും പൂവണിഞ്ഞു .

ഞാൻ അടുത്ത അമ്പെടുത്തു .

" എന്റെ അച്ഛനും വെളിച്ചണ്ണയിൽ കടുക് പൊട്ടിച്ച കപ്പ ഭയങ്കരഇഷ്ടമായിരുന്നെന്ന് കേട്ടിട്ടുണ്ട് . "

അവരുടെ മുഖം മാറുന്നുണ്ട് .

അവർ തല താഴ്ത്തി .

" ഉം , ആയിരുന്നു . "

" ഏ ... ചേട്ടത്തിക്കറിയാമോ അച്ഛനെ "

" ഉം ..."

" അച്ഛൻ പോയിട്ട് വർഷം ഒരുപാട് കഴിഞ്ഞു . മരിച്ച്
ഇത്ര കഴിഞ്ഞിട്ടും അച്ഛനെ ഓർക്കുന്ന ഒരാളെങ്കിലും
ഉണ്ടല്ലോ . എനിക്ക് സന്തോഷമായി ചേട്ടത്തി "

ഞാൻ പറഞ്ഞു .

അവരുടെ മുഖത്ത് പെട്ടന്ന് ദേഷ്യം നിറയുന്നത് ഞാൻ
കണ്ടു .

" മരിച്ചെന്നോ ? അത് നിനക്കെങ്ങനെ അറിയാം .
തെളിവൊന്നും ഇല്ലല്ലോ , പുള്ളി ഇങ്ങനെ യാത്ര
പോകാറുണ്ട് .ഒരുപാട് തവണ പോയിട്ടുമുണ്ട് .
പോയതുപോലെ ഇങ്ങുവരും . "

അതെ അവര് കാത്തിരിക്കുന്നു ഇപ്പോഴും .

എനിക്ക് ആ സ്നേഹത്തിൽ അഭിമാനം തോന്നി .

എന്നാലും എന്റെ കാര്യം നടക്കണ്ടേ ..

" ഏ ... ചേട്ടത്തിക്കും അങ്ങനെ തോന്നിയിയോ ,
എനിക്കും അങ്ങനെയാ തോന്നുന്നെ , നല്ല മനസ്സാ
ചേട്ടത്തിക്ക് . എന്റെ അമ്മക്ക് പോലും ഇങ്ങനെ ഒരു
നല്ല മനസ്സല്ല . ഇല്ലേ എന്നെയും അച്ഛനേം ഇട്ടേച്ച്
പോകുമോ . അച്ഛൻ ചേട്ടത്തിയെ കല്യാണം കഴിച്ചാ
മതിയായിരുന്നു "

ഞാൻ പറഞ്ഞു നിർത്തിയതും .

അവര് കരഞ്ഞുതുടങ്ങി .

ഞാൻ ആദ്യം കരുതി ചീവീടായിരിക്കുമെന്ന് .

കരച്ചിലിന്റെ ശബ്ദം കൂടി കൂടി വന്നു .

എനിക്ക് പേടിയായി .

പെട്ടന്ന് അവരെന്നെ കെട്ടിപ്പിടിച്ചൂ .

മുഖത്തെല്ലാം തുരു തുരെ ഉമ്മകൾ .

അവരുടെ മൂക്കളയും തുപ്പലും എന്റെ മുഖത്ത്
നിറഞ്ഞു .

ഹോ ... വല്ല കാര്യമുള്ള കാര്യമാണോ .

അവർ എന്നെ ഇറുക്കെ കെട്ടിപ്പിടിച്ചിരിക്കുകയാണ് .

വിടുന്ന ലക്ഷണമില്ല .

മകനില്ല ഭർത്താവില്ല .

ഞാനും അവരും ഒറ്റക്കും .

അടുത്തടുത്ത് വീടുകൾ .

ഇവരാണേ നല്ല കീറലും

ദൈവമേ ...

ആരേലും ഇത്കണ്ടാ പീഡനത്തിന് ഞാൻ
അകത്താവും .

" ചേട്ടത്തി , ചേട്ടത്തി "

ഞാൻ ഉന്തി തള്ളിയൊക്കെ നോക്കി .

ഒരു രക്ഷയുമില്ല .

പാണ്ടുലോറിയുടെ അടിയിൽ തവള കയറിയ പോലെ ആയിരുന്നു എന്റെ അവസ്ഥ .

പരിതാപകരം , ദയനീയം .

അവരെന്നെ ഇറുക്കികളഞ്ഞു .

" ചേട്ടത്തി , ചേട്ടത്തി "

ഞാൻ വിളിച്ചുകൊണ്ടിരുന്നു .

ഒടുവിൽ എന്തോ ബോധം വന്നപോലെ അവരെന്നെ വിട്ടു .

പക്ഷെ ആ ചീവീട് ശബ്ദം അപ്പോഴും ഉണ്ടായിരുന്നു .

ആ ശബ്ദത്തോടെ അവർ അകത്തേക്ക് ഓടിപ്പോയി .

ആ ഓട്ടം എന്നെ തന്നെ കുലിക്കികളഞ്ഞു .

അവർ ഒരു വലിയ ശരീരത്തിനും മനസ്സിനും ഉടമയാണ്.

അച്ഛൻ ഏതാണ്ട് എന്നേ പോലെയാണ് .

ഇവരെ കെട്ടുകയും ആ പ്രണയകത്തുകളിൽ ഒന്ന് ഇവരെ കൈയ്യിൽ കിട്ടുകയും ചെയ്താലുള്ള അച്ഛന്റെ അവസ്ഥ

ഹോ ... ജസ്റ്റ് മിസ്സ് .

ഞാൻ വട്ടം നോക്കി .

ആരേലും കണ്ടോ എന്തോ ?

ഭാഗ്യം ആരുമില്ല .

എന്തായാലും ഫുഡ് ഉറപ്പായി .

ഇനി മാതൃസ്നേഹം കൂടും . ഉറപ്പാണ്

പക്ഷേ

ഇങ്ങനെ ഇടക്ക് ഇടക്ക് ഒരു അമ്മയുടെ സ്നേഹം
തരണമെന്ന് തോന്നിയാൽ ?

ഈശ്വരാ ....

എപ്പോഴും

ഇനി ഒരു കൈ അകലെ നിൽക്കണം .

ഞാൻ ഒറ്റഓട്ടത്തിന് വീട്ടിൽ പറ്റി .

വീട് തുറന്ന് അകത്ത് കയറി .

അപ്പോഴാണ് ഓർത്തത് ചായക്കടയിൽ നിന്നും
പാഴ്സൽ

അയ്യോ മറന്നു .

ആ കുഴപ്പമില്ല .

ഇത്തിരി കഴിയുമ്പോൾ പോയെടുക്കാം .

രാത്രിയിലേക്ക് ഉള്ള ഫുഡ് ആണ് .

ഞാൻ വാതിൽ തുറക്കാൻ തുടങ്ങി .

അനങ്ങുന്നില്ല . എന്തോ കൊടുക്കാനുള്ള പോലെയാണ് വാതിലിന്റെ ഭാവം .

അഹങ്കാരി .

അവസാനം പൂട്ട് തുറന്നു .

വാതിൽ തുറക്കില്ല . ഞാൻ തള്ളി വശം കേട്ടു .

കഴിച്ച താറാമുട്ടയും ഹോർലിക്സും ആവിയായി പോയി .

അണച്ചുകൊണ്ട് ഞാൻ പടിയിലേക്ക് താടിക്ക് കൈകൊടുത്ത് ഇരുപ്പായി .

എന്ത് ചെയ്യും .

ചോദ്യചിഹ്നമായി   ഞാനും എന്റെ ശരീരവും .

ഇനിയും തള്ളാനുള്ള ശക്തി എനിക്കില്ല പുറകിലൂടെ താളം പോയിത്തുടങ്ങി .

ഈ വീടിന് വാതിൽ വേണ്ടായിരുന്നു .

വെട്ടിപ്പൊളിച്ചു കളയണം

അഹങ്കാരി

ആ കറുത്ത കളറടിച്ച വാതിലിനെ നോക്കി ഞാൻ പല്ല് കടിച്ചു .

" ടാ ... ലൂക്കാ "

എന്റെ പേര് ഒരു സ്ത്രീ ശബ്ദത്തിൽ എന്റെ പേര് .

ഞാൻ അത്ഭുതത്തോടെ അങ്ങോട്ട് നോക്കി .

കാരണം വർഷങ്ങളായി ഞാനാ പേര് കേട്ടിട്ട് .

ലൂക്ക .

ദാ അവർ 'മല്ലിക '

അവർ ഗേറ്റ് തുറന്ന് അകത്തേക്ക് വരുകയാണ് .

മദാലസ

ഇട്ടിരിക്കുന്ന ഡ്രസ്സിൽ നിന്നും രക്ഷപെടാൻ ശ്രമിക്കുന്ന
ശരീരം .

ബ്ലൗസും കള്ളിമുണ്ടുമായിരുന്നു അവരുടെ വേഷം .
പൂണൂല് പോലെ തോർത്ത് മുണ്ട് ദേഹത്ത്
ചുറ്റിയിട്ടിരിക്കുന്നു . ആ തോർത്തിന്റെ
ഉപയോഗമെന്താണെന്ന് എത്ര ആലോചിച്ചിട്ടും എനിക്ക്
മനസ്സിലായില്ല .

ഇപ്പൊ നിങ്ങൾക്കൊക്കെ മനസ്സിലായില്ലേ ഞാൻ
നിഷ്കളങ്കനാണെന്ന് .

" നീ പാഴ്സലെടുക്കാതാ പോന്നത് , ദാ , "

അവര് ഒരു കവർ എന്റെ നേരെ നീട്ടികൊണ്ട് പറഞ്ഞു.

എന്റെ വീട്ടിൽ എത്തുന്ന ആദ്യ ഫുഡ് ഡെലിവറി.

എന്റെ സന്തോഷത്തിന് അതിരില്ലായിരുന്നു.

പക്ഷെ വാതിൽ

അതിനെ വെട്ടിക്കീറി അടിപ്പിൽ വെക്കാനുള്ള ദേഷ്യവും സങ്കടവും എനിക്കുണ്ടായിരുന്നു .

" എന്താണ് നിനക്ക് , മുഖത്ത് ഒരു വിഷമം ? "

" ഒന്നുമില്ല "

ഞാൻ പറഞ്ഞു .

" ആ ഞാൻ കണ്ടിരുന്നു . നീ ഇവിടെ കടന്ന് മസ്സിലുപിടിക്കുന്നെ , ഇങ്ങോട്ട് മാറ് , ഞാൻ തുറന്ന് തരാം "

അവരൊരു ദയയുമില്ലാതെ ഒരു 'പൂ' പോലെ എന്നെ എടുത്ത് മാറ്റിവെച്ച് വാതിലിന് അടുത്ത് വന്നു .

ഞാൻ ചുറ്റും നോക്കി

ആരെങ്കിലും കാണുന്നുണ്ടോ ?

ഇല്ല , ആശ്വാസം .

" ഈ വാതിൽ ഇപ്പോഴുമിങ്ങനാ ?"

അവർ ചോദിച്ചു .

ഞാൻ മൂളി .

ഉം ..

അപ്പോഴാണ് എന്റെ തലയിൽ ആ ട്യൂബ് കത്തിയത് .

വാതിലിന്റെ കാര്യം ഇവർക്കെങ്ങനെ അറിയാം .

അപ്പൊ ?

ഞാൻ ഒരു സംശയത്തോടെ അവരെ നോക്കി .

അവർ വാതിലിൽ താക്കോൽ പഴുത്തിന്
നാലിഞ്ചുതാഴെ രണ്ട് വിരലുകൊണ്ട് ചെറുതായി ഒന്ന്
തള്ളി .

ആ വാതിൽ ഒരു ശബ്ദവുമുണ്ടാക്കാതെ മലർക്കെ
തുറന്നു .

ഉടമയെപ്പൊലെ അവരാ വീട്ടിലേക്ക് കയറിപ്പോയി .

ചുറ്റും നോക്കി .

" നിനക്ക് ഇവിടൊക്കെ നന്നാക്കി ഇട്ടൂടെ ? എവിടെ
നോക്കിയാലും പൊടിയും അഴുക്കും . പുരയിടം
കടക്കുന്നതോ , കാടാണ് കാട് . എങ്ങനെ കടന്ന
വീടാ ? "

അവർ നെടുവീർപ്പെട്ടുകൊണ്ട് പുറത്തേക്കിറങ്ങി .

" രണ്ട് ദിവസം കൊണ്ട് ശരിയാക്കും "

ഞാൻ പറഞ്ഞു .

" ഉം . ആക്കണം ഞാൻ വന്ന് നോക്കും . "

" അച്ഛൻ കത്തയച്ചോ ? "

"ഇല്ല "

" കത്ത് വല്ലോം വരുവാണേ പറയണം . ഒരു പോക്ക്
പോയാ പോയതാ . ആരോടെങ്കിലും പറഞ്ഞിട്ട്
പൊക്കത്തില്ല . അതെങ്ങനാ , ആരെക്കുറിച്ചെങ്കിലും
ഒരു വിചാരം വേണ്ടേ ? നാട്ടിൽ ആരോടെങ്കിലും
പറഞ്ഞിട്ട് പോകാമായിരുന്നു . നാട്ടിലൊക്കെ
അറിയപ്പെടുന്ന ആളല്ലേ , എല്ലാവർക്കും അറിയണ്ടേ ? "

വീണ്ടും ഒരു ദീർഘനിശ്വാസത്തോടെ അവർ പറഞ്ഞു .

അവർക്ക് കിളി പോയപോലെ , പരസ്പര
ബന്ധമില്ലാത്താ സംസാരം പോലെ തോന്നി .

അവർ പുറത്തേക്ക് നടന്നു . അപ്പോൾ അവരുടെ
കൈകൾ ,ആ ഭിത്തിയെ ആ കതകിനെ ആ ജനലിനെ
ഒക്കെ തഴുകിയിരുന്നു . അവറ്റകൾ യജമാനത്തിയെ
കണ്ടപോലെ പുളകംകൊള്ളുന്ന പോലെ എനിക്ക്
തോന്നി .

ഇടക്കക്കിടെ അവർ തോർത്ത് കൊണ്ട് മൂക്ക്
പിഴിയുന്നുണ്ടായിരുന്നു .

അറിയപ്പെടുന്ന ആള് , അച്ഛൻ

എനിക്ക് ഉള്ളിൽ ചിരിവന്നു .

എങ്കിലും ഞാനത് പുറത്ത് കാണിച്ചില്ല.

പിന്നെ ഞാൻ ആ മദാസലയെ കണ്ടില്ല ,

കണ്ടത്

ഒന്നും പറയാതെ തേങ്ങിക്കൊണ്ട് പോകുന്ന ഒരു
പ്രണയിനിയെയാണ് .

എനിക്ക് ഉറപ്പായി .

അവരാണ് മല്ലി , അച്ഛന്റെ പ്രണയ പുഷ്പത്തിലെ
ഒരിതൾ .

മല്ലിക .

അവർ കണ്ണിൽ നിന്ന് മറയുന്ന വരെ ഞാൻ നോക്കി
നിന്നു .

പിന്നെ കതകടച്ച് അച്ഛന്റെ മുറിയിലേക്ക് പാഞ്ഞു .

ആ കത്ത് വായിക്കണം

മല്ലിയുടെ

എന്തോ ഒരാവേശം .

മല്ലി എഴുതിയ ആ കത്ത് ഞാൻ കൂട്ടത്തിൽ നിന്നും
പരതിയെടുത്തു.

ഒരു വെള്ളക്കവർ

പുറകിൽ

മല്ലി എന്നെഴുതി കൂടെ ഒരു പൂവിന്റെ ചിത്രം
മനോഹരമായി വരച്ചിരിക്കുന്നു .

സുന്ദരം

അവർ ചിത്രം വരയ്ക്കും അതും അതിമനോഹരമായി.

ഈ കഴിവ് അവരുടെ ഭർത്താവെന്നുപറയുന്ന
മഹാനറിയുമോ എന്തോ ?

ഞാൻ അത്ഭുതത്തോടെ ആ കത്ത് കവറിൽ നിന്നും
എടുത്തു . അതിൽ രണ്ട് പേപ്പറുകൾ ഉണ്ടായിരുന്നു .

ഒന്നിൽ അച്ഛന്റെ ചിത്രം .

അതിന്റെ അടിയിൽ ഇങ്ങനെ എഴുതിയിരുന്നു .

ആയിരം ഉമ്മകൾ

ജീവൻ തുടിക്കുന്ന അച്ഛന്റെ ചിത്രം

എനിക്ക് അവരോട് ബഹുമാനം തോന്നി .

പുറമേ കാണുന്ന ഏത് ശരീരത്തിന്റെ ഉള്ളിലും
മനോഹമായ ഒരാളുണ്ട് .

ഞാൻ കത്ത് വായിക്കാൻ തുടങ്ങി .

ഞാനാണ്

നിങ്ങളുടെ മല്ലി .

നിങ്ങളുടെ മാത്രം .

എനിക്ക് മടുത്തു . ചേച്ചി മരിച്ചത് കൊണ്ട് പത്രോസ്
ചേട്ടന് എന്നെ കെട്ടിച്ചുകൊടുക്കാനുള്ള ആലോചന
നടക്കുന്നു . ചേച്ചിയുടെ രണ്ട് മക്കളുണ്ട് അവർക്ക്
ഒരമ്മവേണമെന്ന് . എനിക്കറിയില്ല . എനിക്ക് തല
നീട്ടാനേ കഴിയൂ . എന്റെ മനസ്സ് അത് മുഴുവൻ എന്റെ
മാത്രം മമ്മദേട്ടനാണ് . കൂടുതലൊന്നും എനിക്ക് വേണ്ട
വല്ലപ്പോഴും ഒരു ചിരി , പിന്നെ എന്റെ കവിളിൽ ഒന്ന്
നുള്ളണം , അത് മതി ഞാൻ ജീവിക്കും

എന്നോട് പിണങ്ങല്ലേ

സ്വന്തം

മല്ലി

കുറച്ച് നേരം ഞാൻ അങ്ങനെ ഇരുന്നു .

ഹോ പ്രണയം പലതരം .

ഞാൻ വീണ്ടും അച്ഛന്റെ ഫോട്ടോയിലേക്ക് നോക്കി .

ആഹ ...

എന്തൊരു ചിരി .

ചിരിച്ചുകൊണ്ടിരിക്കുവാ , ഉണങ്ങിയ കാമദേവൻ .

എന്ത് കണ്ടിട്ടാണ് ഈ പെണ്ണുങ്ങളൊക്കെ ?

എന്നാലും ഈ മനുഷ്യൻ ഇത് എങ്ങോട്ടാവും
പോയിട്ടുള്ളത് .

ആണുങ്ങളൊക്കെ മരിച്ചെന്ന് പറയുന്നു .എന്നാൽ
കുറെ പെണ്ണുങ്ങൾ അച്ഛനെ കാത്തിരിക്കുന്നു .

വരുമെന്ന് പ്രതീക്ഷിക്കുന്നു .

അമ്മ മാത്രമാണ് ഉപേക്ഷിച്ച് പോയത് .

എനിക്ക് തോന്നി ' ഈ മനുഷ്യനെ കുറിച്ച്
എനിക്കെന്തറിയാം ? '

തമാശയിൽ നിന്നുംതുടങ്ങി ഇപ്പൊ എനിക്കും
അറിയണം

എന്റെ അച്ഛൻ എവിടെ ?

മന്മദഥനെവിടെ ?

ഭാഗം : ഏഴ്

നുറുങ്ങ് വെട്ടം

ഞാൻ മല്ലിയുടെ വേറെ കത്തുകൾ നോക്കി . രണ്ട്
മൂന്ന് കവറുകൾ കിട്ടി . അതിലെല്ലാം പല പല
ചിത്രങ്ങൾ മാത്രമായിരുന്നു .എല്ലാത്തിലും
അച്ഛൻ.അതിന് അടിയിൽ നിനക്ക് വേണ്ടി , നിന്റെ
മാത്രം അങ്ങനെ ചില കുറിപ്പുകൾ മാത്രം .

ഇനി അടുത്ത കത്തെടുക്കാം .

ഞാൻ കണ്ണുകൾ അടച്ച് ഒരു കത്ത് തിരഞ്ഞെടുത്തു .

അംബുജം

ഇനി ഇതെന്താണാവോ .

നിന്റെ അംബുജം

നാളെ കഥകളിയാണ് ആണുങ്ങളാരുമുണ്ടാവില്ല .
പതിവ് വഴിക്ക് , ഒരു പന്ത്രണ്ട് നാൽപ്പത് കഴിഞ്ഞു
വന്നാമതി .

ഓഹോ...

ഇത് അവരല്ലേ

ആണുങ്ങളോട് സംസാരിക്കാത്ത ?

ഒരു മൂന്ന് വീടിനപ്പുറം ഒരു പഴയ തറവാടുണ്ട് . വലിയ
വീട്ടുകാരാ .ആ വീട്ടുകാരാണ് കഥകളി സ്ഥിരമായി

അമ്പലത്തിൽ സ്പോൺസർ ചെയ്യുന്നത് . ഒരിക്കൽ
അച്ഛമ്മയുടെ കൂടെ അവിടെ പോയിട്ടുണ്ട് .

അന്ന് അവരെ കണ്ടതെ .

അച്ഛമ്മ കാണാതെ അന്ന് അച്ഛനെക്കുറിച്ച്
അവരുചോദിച്ചത് ഇപ്പോഴും എനിക്ക് ഓർമ്മയുണ്ട് .

വന്നിട്ടില്ല , അറിയില്ല എന്നൊക്കെ പറഞ്ഞപ്പോ
അവരുടെ കണ്ണ് നിറഞ്ഞിരുന്നു .

അന്ന് ഞാനത് അച്ഛമ്മയോട് പറഞ്ഞിരുന്നു .
ഞാനതിപ്പോഴും ഓർക്കുന്നു .

ഞാൻ അംബുജമെഴുതിയ അടുത്ത കത്തിന് പരതി .

ഒന്നല്ല രണ്ടു മൂന്നെന്നണ്ണം കിട്ടി .

നിന്റെ അംബുജം എന്ന് തുടങ്ങുന്ന കത്തുകൾ

ഹോ ......

അശ്ലീലം

എന്റെ കണ്ണടിച്ചുപോയി

എന്തൊക്കെയാണ് ഈ എഴുതിവെച്ചതിരിക്കുന്നത് .

ആണുങ്ങളോട് മിണ്ടില്ല പോലും , അപ്പൊ
മിണ്ടിയിരുന്നെ എന്തായുന്നോനെ ?

ഇല്ല......

ബാക്കി കത്തുകൾ ഞാനിവിടെ വിവരിക്കുന്നില്ല .

കാരണം ഈ പുസ്തകം എല്ലാവരും വായിക്കണമെന്ന്
എനിക്ക് നിർബന്ധമുണ്ട് .

ആയതിനാൽ

ഒരു   ബീപ്പ് ....

ശബ്ദമിട്ടുകൊണ്ട് അംബുജത്തിന്റെ കത്തുകൾ
ഞാനിവിടെ ഉപസംഹരിക്കുന്നു .

ഇവരെല്ലാരും കൂടി എന്നെ വഴി തെറ്റിക്കും .

ഉറപ്പാ .

ഇനി അൽപ്പം വിശ്രമം , കത്ത് വായിച്ച് ഞാൻ
ക്ഷീണിച്ചു . ഇനി രാത്രിയാകട്ടെ . ബാക്കിയപ്പൊ
നോക്കാം .

നാളെ ഒരു പണിക്കാരനെ വേണം .

വീട് വൃത്തിയാക്കണം . ചുറ്റുപാടും വൃത്തിയാക്കണം .

പിന്നെ എനിക്കും ഒന്ന് വൃത്തിയാക്കണം .
വേറൊന്നുമല്ല മുടിയൊക്കെ വളർന്ന് നാശമായിട്ടുണ്ട് .
താടിയെന്ന പേരിൽ അവിടവിടെ കള്ളിമുൾചെടി
പോലെ കൂട്ടമായി എന്തൊക്കയോ വളർന്ന് നിൽപ്പുണ്ട് .

മെയിൻ ജംഗ്ഷൻ വരെ ഒന്ന് പോകാം . പണിക്കാരനേം
കിട്ടും , മുടിയൊക്കെ വെട്ടി ഒന്ന് കുട്ടപ്പനാകാം .

ആ... പിന്നെ ഒരു കൂട്ടംകൂടിയുണ്ട് .

കല്യാണിയമ്മ

അച്ചന്റെ കല്യാണി .

അവരുടെ രണ്ട് മൂന്ന് കത്ത് കൂടിയുണ്ട് . അത് രാത്രി തന്നെ വായിക്കണം .

ഇവിടുത്തെ വല്യ ജന്മിയുടെ ഭാര്യയാണ് കല്യാണി.

മുൻപ് ഞാൻ പറഞ്ഞില്ലേ ,

അവർക്ക് ചുവന്ന പാലുണ്ണിയുള്ള ഒരു മകളുണ്ട് .

എനിക്ക് ഉറപ്പാണ്

ആ മകൾ എനിക്ക് സഹോദരി .

എന്നെ കാണുമ്പോൾ അവർക്ക് എന്തോ ഒരു സ്നേഹക്കൂടുതലുള്ളപോലെ   പോലെ എനിക്ക് തോന്നിയിട്ടുണ്ട് .

ശരീര പുഷ്ടിക്ക് പറ്റിയ കാറ്റുള്ള വീടാണ് . ജന്മി അറിയാതെ വേണമെന്നുമാത്രം .

അയാൾ ഒരു ഭീകരനാണ് .

കഷണ്ടി കയറിയ തല . ഭയങ്കര കനത്തിൽ സ്വർണ്ണ മാല അതും നീളത്തിൽ . നസീറിന്റെ മീശ ചെവികളിൽ ഓരോ കെട്ട് മുടി .നല്ല വെളുത്ത നിറം. ആറടി പൊക്കം,

ഇനി പൊക്കിപ്പറയാൻ വയ്യ .

ഇങ്ങനെയൊക്കെയുള്ള , മൊത്തത്തിൽ ഒരു വല്ലാത്ത രൂപം .

ശേഖരൻ

നാട്ടുകാർക്കൊക്കെ അയാളെ പേടിയുണ്ട് .

എനിക്കും .

എന്നാലും ഞാൻ ഇടക്ക് കല്യാണിയമ്മ 'എന്നെ'
കാണാൻ വേണ്ടി അവിടവിടെ താങ്ങി താങ്ങി
നിൽക്കും . അവരെന്നെ കണ്ടാൽ എന്തെങ്കിലും തരും.
ഫുഡ് മാത്രം കാശ് തരാൻ അവർക്ക് കഴിയില്ല . ആ
ഭീകരനാണ് ആ വീട്ടിലെ കാശുകാരൻ .

കല്യാണിയമ്മയെ സോപ്പിട്ട് ഒന്ന് മെഴുകിയെടുക്കണം .

ഈ സമയം ഭീകരൻ കാണില്ല . അയാൾക്ക്
പട്ടണത്തിൽ ഒന്ന് രണ്ട് കടകളുണ്ട് . ഇന്ന്
മാസാവസാനമാണ് . ശമ്പളം കൊടുപ്പും പറ്റുപിരിവും
ഒക്കെയായി ബഹളമായിരിക്കും പഹയൻ . നാളെ
മൊത്തം തണ്ണിയും . കുടി വീട്ടിലിരുന്ന് മാത്രമാണ് .
അത് ചുറ്റുവട്ടമുള്ള എല്ലാവർക്കുമറിയാം

ഞാൻ കാല് നീട്ടി വെച്ച് നടന്നു . കാറ്റിന്റെ
തള്ളലുകൂടിയായപ്പോൾ ഞാൻ പറക്കുകയാണെന്ന്
എനിക്ക് തന്നെ തോന്നി .

കല്യാണിയമ്മയുടെ വീടെത്താറായി .

അവരല്ലേ , അതെ അവര് തന്നെ .

ആ നാട്ടുമാവിന്റെ തണലിൽ ഏറ്റ്കല്ലിന്റെ പുറത്ത്
അവര് ഇരിക്കുന്നു . കൈയ്യിൽ എന്തോ ഉണ്ട് .
പുസ്തകം .

അവര് വായനയിലാണ് .

ഞാൻ ചുറ്റുപാടും നോക്കി

ആരുമില്ല .

"ഓയി "

അവര് തലപൊക്കി നോക്കി .

എന്നെ കണ്ടതും അവരുടെ മുഖം വർണ്ണ കടലാസ്
കണ്ട കുട്ടിയുടെ മുഖം പോലെ വിടർന്നു .

" ആ ലൂക്കാ ... "

എനിക്ക് സന്തോഷം . എന്റെ പേര് വീണ്ടും ഒരാൾ
വിളിക്കുന്നു .

" നീ , ഇതെവിടാ ,ഒന്ന് കാണാൻ കിട്ടുന്നില്ലല്ലോ ?
നിനക്കിടയ്ക്കൊക്കെ ഇങ്ങോട്ടൊക്കൊന്നു വന്നൂടെ "

പരിഭവത്തോടെ അവർ ചോദിച്ചു .

" ഇത്തിരി തിരക്കായിപ്പോയി"

ഞാൻ പറഞ്ഞു .

"ഉവ്വ് , നിന്റെ തിരക്ക് "

"ദേ നല്ല നെയ്യ്മീൻ കറിവെച്ചതുണ്ട് , പിന്നെ
വറുത്തതൊണ്ട് , നീ ചോറ് കഴിക്കുമേ "

അവർ വിടർന്ന കണ്ണുകളോടെ ചോദിച്ചു .

ഓ .. പൊളിച്ചു . നാളെ പഴങ്ങഞ്ഞിയടിക്കാം . ഞാൻ
മനസ്സിൽ പറഞ്ഞു .

" അയ്യോ ഇപ്പൊ കഴിച്ചതേ ഉള്ളൂ , പിന്നെ
കല്യാണിയമ്മയുടെ കറികളൊക്കെ എനിക്ക് ഭയങ്കര
ഇഷ്ടമാ . അത് കൊണ്ട് എനിക്ക് പാത്രത്തിലാക്കി
തന്നാ മതി . ഞാൻ രാത്രി കഴിച്ചോളാം . "

ഞാൻ അവരോട് പറഞ്ഞു .

അവർക്ക് ഭയകര സന്തോഷം .

" നീ നിൽക്ക് ഞാൻ ഇപ്പൊ കൊണ്ട് വരാം "

"അയ്യോ എടുത്ത് വച്ചാ മതി , ഞാൻ കടയിലേക്ക് പോയിട്ട് ഒരു മുക്കാമണിക്കൂറിൽ വരാം . താടീം മുടിയുമൊക്കെ ഒന്ന് ഒതുക്കണം ."

ഞാൻ പറഞ്ഞു .

"ആണോ ,ഒരുപാട് താമസിക്കല്ലേ " അവർ പറഞ്ഞു .

 ആ സ്വരത്തിൽ ഭയമുണ്ട് . അയാൾ വന്നാലോ അതായിരിക്കണം

ഒന്ന് പതപ്പിക്കേണ്ടിയിരിക്കുന്നു .

ഞാനങ്ങ്   വാചാലനായി

" കല്ല്യാണിയമ്മയുടെ കറിയൊക്കെ എന്ത് സൂപ്പറാണ് . ഒരു പ്രവിശ്യം കഴിച്ചൽ ആ രുചി അങ്ങനെ നിൽക്കും ."

ഞാൻ അവരുടെ മുഖത്ത് തന്നെ നോക്കി എന്തെങ്കിലും മാറ്റം .

വെളുത്ത് തുടുത്ത അവരുടെ മുഖം കൂടുതൽ ചുവന്നു.

ഏൽക്കുന്നുണ്ട് .

" എന്റെ അച്ഛനും നെയ്മീൻ കറി ഭയങ്കരഇഷ്ടമായിരുന്നു   "

അവരുടെ മുഖം മാറുന്നുണ്ട് .

അവർ തല താഴ്ത്തി .

" ഉം "

" കല്യാണിയമ്മക്കറിയായിരുന്നോ അച്ഛനെ ?"

ഞാൻ അടുത്ത കൊളുത്തിട്ടു .

" ഉം ..."

അതിനും അവർ മൂളി

അവരുടെ തല താഴ്ന്നുതന്നെയിരുന്നു .

" അച്ഛൻ പോയിട്ട് വർഷം ഒരുപാട് കഴിഞ്ഞു . മരിച്ച്
ഇത്ര കഴിഞ്ഞിട്ടും അച്ഛനെ ഓർക്കുന്ന ഒരാളെങ്കിലും
ഉണ്ടല്ലോ . എനിക്ക് സന്തോഷമായി കല്യാണിയമ്മേ "

ഞാൻ പറഞ്ഞു .

അവരുടെ തല താണുതന്നെയിരുന്നു .

അവർ ഒന്നും മിണ്ടിയില്ല .

ശ്ശെ , പരിപാടി നടക്കുന്നില്ലല്ലോ

ഞാൻ തുടർന്നു .

" പക്ഷേ എനിക്ക് മരിച്ചെന്ന് വിശ്വസിക്കാൻ പ്രയാസമാ
, ചിലരൊക്കെ പറയുന്നത് തിരിച്ചുവരുമെന്നാ .ആ
കല്യാണിയമ്മക്ക് അച്ഛനെ ഓർമ്മയുണ്ടല്ലോ , നല്ല
മനസ്സാ കല്യാണിയമ്മക്ക് .എന്റെ അമ്മക്ക് പോലും
ഇങ്ങനെ ഒരു നല്ല മനസ്സല്ല . ഇല്ലേ എന്നെയും അച്ഛനേം
ഇട്ടേച്ച് പോകുമോ . അച്ഛൻ കല്യാണിയമ്മയെ
പോലുള്ള ആരെയെങ്കിലും കല്യാണം കഴിച്ചാ

മതിയായിരുന്നു.   എന്നാ അച്ഛൻ എന്നും എന്റെ കൂടെ കണ്ടേനെ "

പുട്ടിന് പീര പോലെ

ഞാനൊരു ദീർഘനിശ്വാസം കൂടി വിട്ടു .

അവർ എഴുന്നേറ്റു .

ആ കണ്ണുകൾ കലങ്ങിയിരുന്നു .

എന്റെ തലയിൽ കൈകണ്ട് തടവിയിട്ട് .

വീടിനുള്ളിലേക്ക് പോയി .

ശ്ശെ , ഏറ്റില്ല .

" തിരിച്ച് വരുമ്പോ ഇത് വഴി വരണേ "

എന്നെ തിരിഞ്ഞു നോക്കാതെ പോയ അവരുടെ ഒച്ച വീടിനകത്തുനിന്ന് ഉയർന്നുകേട്ടു .

ഏറ്റിട്ടുണ്ട് .

എനിക്ക് സന്തോഷമായി .

" ആ ഞാൻ വരാം "

ഉറക്കെ പറഞ്ഞു കൊണ്ട് ഞാനാ പുരയിടത്തിൽ നിന്നും റോഡിലേക്ക് ചാടി .

മുടിവെട്ടികൊണ്ടിരുന്നപ്പോഴും ചിന്ത അവരെക്കുറിച്ചായിരുന്നു .

കല്യാണി

മുടിവെട്ടിക്കഴിഞ്ഞത് ഞാനറിഞ്ഞതേയില്ല.

സാർ ..

എന്ത് ... ഞാൻ ഞെട്ടിപ്പോയി .

സാറെന്ന്..

എന്നെ സാറെന്ന്

ആരാണവൻ

ഞാൻ തിരിഞ്ഞുനോക്കി .

വിനയഭാവത്തിൽ അവൻ

ഓ മലയാളിയല്ല .

ഞാൻ ഒന്ന് കൂടി നീളം വെച്ചു .

അവൻ കണ്ണാടികൊണ്ട് തലയുടെ പുറകുവശം
കാട്ടിതന്നു .

കൊള്ളാം .

മുടിവെട്ടും വടിപ്പും നന്നായി .

ഞാനൊരു സുന്ദരൻ തന്നെ .

പറഞ്ഞതിലും പത്ത് രൂപ കൂടുതലുകൊടുത്തു .

ആ സാർ വിളി എനിക്കങ്ങ് പിടിച്ചു .

അങ്ങനെ ആദ്യ സാർ വിളിക്ക് പത്ത് രൂപ .

അവന്റെ മുഖം സന്തോഷപൂർണ്ണമായിരുന്നു .

കാശിന് സന്തോഷം വാങ്ങാനും കൊടുക്കാനും
സാധിക്കും

കാശൊരഅത്ഭുതവസ്തുവാണ് .

ഞാൻ നടക്കുകയാണ് .

ഇപ്പോഴും കല്യാണി , അവർ തന്നെയാണ് മനസ്സിൽ .

" ലൂക്കാ ... "

ഞാൻ തിരിഞ്ഞുനോക്കി .

കല്യാണിയമ്മ .

അയ്യോ നടന്നു നടന്ന് അവരുടെ വീട് കഴിഞ്ഞു .

ചിന്തയിലായി പോയി .

ചിന്ത പ്രശ്നമാണ് , പക്ഷെ എഴുത്തുകാരുടെ
പ്രീയപ്പെട്ടവൾ .

കല്യാണിയമ്മ . പാത്രവുമായി പുറകെ വരുന്നു .

"നീ എന്ത് പോക്കാ , എത്ര പ്രാവിശ്യം വിളിച്ചു "

"അയ്യോ ഞാൻ കേട്ടില്ല , ഒരു കാര്യം ചിന്തിച്ചോണ്ട്
അങ്ങ് പോയി . "

ഞാൻ പറഞ്ഞു .

"ഉം, ചിന്ത ഇത്തിരി കൂടുതലാ "

അവർ ചരിച്ചുകൊണ്ട് പറഞ്ഞു .

ഞാനും ചിരിച്ചു .

അവരുടെ മൂഡുമാറിയിട്ടുണ്ട് .

ഇപ്പൊ ഒന്നും പറയണ്ട എനിക്ക് ഒരു
ചോദ്യമുണ്ടായിരുന്നു , അവരോട് ചോദിക്കണോ
വേണ്ടയൊ , അതിനും സംശയം .

പിന്നാവട്ടെ .

ചരിച്ചുകൊണ്ട് , ഞാനാ പാത്രം വാങ്ങി .

മൂന്ന് തട്ടുള്ള പത്രം .

" ചോറുമുണ്ട് , ഇനി രാത്രി ഒന്നും വെക്കാൻ നിക്കണ്ട "

കല്യാണിയമ്മ പറഞ്ഞു .

ഞാൻ ചരിച്ചുകൊണ്ട് നിന്നു .

ഒരു പാട് തവണ കണ്ണാടിയുടെ മുന്നിൽ ഞാനാ ചിരി
അഭിനയിച്ചുനോക്കിയിട്ടുണ്ട് . ചിരി നന്നായാൽ എല്ലാം
നാന്നാവുമെന്നാണ് അച്ഛൻ പറയാറ് .

അത് ശരിയാണ് .

ഇന്നത്തെ ഒരു ദിവസം എനിക്കത് മനസ്സിലാക്കി തന്നു .

അച്ഛൻ ശരിയാണ് , അച്ഛൻ പറഞ്ഞ പലതും
ശരിയാണ് .

" ഞാൻ പോട്ടെ , പുള്ളി വരുന്നസമയമായി ."

അവർ പറഞ്ഞു .

" ഞാൻ പാത്രം എത്തിക്കാം "

അത് കേട്ട് ചിരിച്ചുകൊണ്ട് അവർ തിരികെ നടന്നു .

വീടിന്റെ പുറകിലൂടെ മുമ്പ് ഞാൻ ചാടിഇറങ്ങിയ
ഭാഗത്ക്കൂടി അവർ

അള്ളിപ്പിടിച്ചുകയറി .

മുകളിൽ എത്തിയിട്ട് തിരിഞ്ഞുനിന്ന് ഒരു മന്ദഹാസം
നൽകി പെട്ടന്ന് പോയി .

ഞാൻ കുറച്ചുനേരം അങ്ങനെ നിന്നു .

"എവിടാടി ... "

അയാൾ ; ശേഖരൻ

" ഞാനിവിടെയുണ്ടായിരുന്നു ."

" ഓ ദേവിയല്ലേ , നിന്നെ ഇവിടെ പ്രതിഷ്ഠിച്ചോ ? ഓ
പുത്തകം വായന . മാവിന്റെ മൂട്ടീത്തന്നെ
ഇരുന്നോണം . ഒരു പണീം എടുക്കരുത് . "

കല്യാണിയമ്മ തലകുനിഞ്ഞുനിന്നു .

ഞാൻ കയ്യാലയുടെ മറവിൽ നിന്ന് എല്ലാം
കാണുകയായിരുന്നു .

കേൾവിക്ക് എല്ലാം അങ്ങോട്ട് വ്യക്തമായില്ല .

ഈ കാണുന്ന വീടും പുരയിടങ്ങളും കടകളും എല്ലാം
അവരുടെയാണ് .

അയാൾ കല്യാണിയമ്മയെ കെട്ടി ആ വീട്ടിൽകൂടിയ
മനുഷ്യനും .

പിന്നെന്തിനാണ് അവർ തലകുനിഞ്ഞുനിൽക്കുന്നത് .

അടിമത്തം

എനിക്ക് ചോര തിളച്ചു .

അടിമത്തം ഞാൻ അനുവദിക്കില്ല .

ചോദിച്ചലോ ?

വേണ്ട ചിലപ്പോ ചോദിക്കുന്നമുന്നേ കിട്ടും .

തിളച്ച ചോര അയാളുടെ കാലിലേയും കൈയ്യിലേയും
മസ്സിലുകണ്ട് ഒന്നടങ്ങി .

പിന്നെയാവട്ടെ .

ഹോ ... എനിക്ക് പാത്രം തരുന്നതെങ്ങാനും അയാൾ
കണ്ടിരുന്നേ . ഇപ്പൊ തിളക്കാൻ
ചോരകാണുമായിരുന്നില്ല .

അതെല്ലാം ആ ഡ്രാക്കുള ഊറ്റിയെടുത്താനെ .

ഞാൻ ഒളിഞ്ഞുതന്നെ ഇരുന്നു .

ഇനി എന്ത് നടക്കും ?

ഞാൻ ഇരുവരേയും നോക്കി ഒന്ന് കൂടി
പതുങ്ങിയിരുന്നു .

" ആ... ഇടക്ക് രണ്ട് മാങ്ങ കൂടി പറിച്ചുതിന്ന് നല്ല
രുചിയായിരിക്കും "

അയാൾ അവരുടെ അടുത്ത് തൊട്ട് തൊട്ടില്ല
എന്നമട്ടിൽ നിന്നു .

കല്യാണിയമ്മ തലകുനിഞ്ഞുതന്നെ നിന്നു .

അവർ അയാളുടെ നെഞ്ച് വരെമാത്രമേ
ഉണ്ടായിരുന്നുള്ളു.

"എന്താടി ... എന്താ ഒന്നും പറയുന്നില്ലേ . ?"

അയാൾ ദേഷ്യം കൊണ്ട് ഒന്നുകൂടി ചുവന്നിട്ടുണ്ട് .

കാലുകൾ ആടുന്നുണ്ട് . അയാൾ കുടിച്ചിട്ടുണ്ട് .

അയാൾ ഒന്നുകൂടി മുന്നോട്ടാഞ്ഞു .

അവർ രണ്ടും ഏതാണ്ട് തൊട്ടുതൊട്ട് നിൽക്കുന്നു .

അയാൾ തുടർന്നു .

"നിന്റെ നാവിറങ്ങിപ്പോയയോ ? എങ്ങനെ കേറിപ്പോകും , നിൽക്കുവല്ലേ ,പൂത്,

പട്ടി കഴുവേറി "

അയാൾ മാവിനേയും തെറിവിളിച്ചു .

പിന്നെയും പിന്നെയും തെറി

ടപ്പേ ......

അവർ പ്രതികരിച്ചു .

അയാളുടെ മുഖം പൊളിച്ചുകൊണ്ട് ഒരടി പൊട്ടി .

കല്യാണിയമ്മ

എനിക്ക് കണ്ണുകളെ വിശ്വസിക്കാനായില്ല .

അവർ അയാളെ അടിച്ചിരിക്കുന്നു .

അയാൾ അവരുടെ മുഖത്തേക്ക് കുനിഞ്ഞുനോക്കി , നിന്ന് വിറച്ചു .

അവർ അപ്പോൾ ആദ്യമായി തല ഉയർത്തി .

അയാളെ നോക്കി .

അവരും വിറക്കുന്നുണ്ട് .

രണ്ട് പേർക്കും ദേഷ്യം .

അയാൾ അവരുടെ കഴുത്തിൽ ബലിഷ്ടകരം കൊണ്ട് കുത്തിപ്പിടിച്ചു .

അവർ പിന്നോട്ട് ആഞ്ഞു .

അയാൾ അവളെ ആ മാവിൽ ചേർത്തുനിർത്തി,
കഴുത്തിൽ കുത്തിപ്പിടിച്ചിരിക്കുകയാണ് .

ശ്വാസം കിട്ടാതെ അവരുടെ കണ്ണുകൾ പുറത്തേക്ക്
ഉന്തിവന്നു .

പക്ഷേ അപ്പോഴും കല്യാണിയമ്മയുടെ തലതാണില്ല.

ഇരുവരുടെ കണ്ണുകൾ പരസ്പരം പോരാടി.

അവർ ആ ഉന്തിയ കണ്ണുകളാൽ അയാളെ തന്നെ
നോക്കി .

മരിക്കാനെന്നപോലെ

കാരണം കഴുത്തിൽ നിന്നും അയാളുടെ കൈപിടിച്ച്
മാറ്റാൻ ഒരുപ്രാവിശ്യം പോലും അവർ ശ്രമിച്ചില്ല .

അയാൾ അവരുടെ മുഖത്ത് നോക്കി അലറി ,

പിന്നെ കഴുത്തിലെ പിടിവിട്ട് അകത്തേക്ക് പോയി .

കല്യാണിയമ്മ ഞെട്ടുപൊട്ടിയ മാങ്ങ പോലെ
താഴേക്കുവീണു .

അവർ ശക്തമായി ശ്വാസമെടുക്കുന്നുണ്ടായിരുന്നു.

ഞാൻ ഞെട്ടി ,

ഞാൻ ഭയന്നു .

റോഡിലേക്കിരുന്നു .

റോഡ് വിജനമാണ് .

ആരുമില്ല .

എന്റെ ശ്വാസവും നിലച്ചപോലായിരുന്നു .

എനിക്കവരെ ആ ആക്രമണത്തിൽ നിന്നും
രക്ഷിക്കണമെന്നുണ്ടായിരുന്നു .

പക്ഷെ

ഇല്ലാത്ത ധൈര്യം ഞാൻ എവിടെനിന്നുണ്ടാക്കാനാ .

എന്റെ ഭാഗ്യത്തിനോ അവരുടെ ഭാഗ്യത്തിനോ അയാൾ
അവരെ കൊന്നില്ല .

ഇനി ഒന്നും ഉണ്ടാവില്ലായിരിക്കാം .

ഞാനൊന്നുറക്കെ കരഞ്ഞിരുന്നെങ്കിൽ ബഹളം
വച്ചിരുന്നെങ്കിൽ അയാൾ ഉണർന്നാനെ .

പക്ഷെ പിന്നെ എന്റെ നട്ടെല്ല് ഊരിയെടുത്ത് അയാൾ
തൂമ്പയുണ്ടാക്കിയേനെ .

എന്തായാലും അവരും ഞാനും ജീവനോടുണ്ട് .

ഭാഗ്യം.

ഞാൻ പതിയെ തലപൊക്കാതെ അവിടെ നിന്നും
പതുങ്ങി പതുങ്ങി നീങ്ങി .

ഒരു തീവ്രവാദി കണക്കെ .

ഞാൻ കണ്ടത് അവരറിയണ്ട ,ഇനിയൊന്നുമുണ്ടാവില്ല .

ഉണ്ടാവില്ലായിരിക്കാം .

ഞാൻ ഉള്ളിൽ സമാധാനിപ്പിച്ചുകൊണ്ട് വീട്ടിലോട്ട്
വെച്ചുപിടിച്ചു .

അപ്പോഴും ആ പാത്രം ഞാൻ നെഞ്ചോടുചേർത്ത് വെച്ചിരുന്നു .

നാളെ രാവിലത്തെ എന്റെ പഴങ്കഞ്ഞി .

വീട്ടിലെത്തി കതകടച്ച് ആ കതകിൽ ചാരി അണച്ചുകൊണ്ട് ഞാൻ നിന്നു .

ഒരു നിമിഷം ഒന്ന് അങ്ങോട്ടോ ഇങ്ങോട്ടോ ആയിരിന്നേ

എന്റെ പുലകുളിയും അടിയന്തിരവും അയാളിന്ന് നടത്തിയേനെ .

ഒരു ദീർഘനിശ്വാസത്തോടെ ഞാൻ അടുക്കളയിലേക്ക് പോയി .

കല്യാണിയമ്മ തന്ന പാത്രം ഞാൻ തുറന്നു .

ഹൂ ... തലക്കറി , നെയ്യ്മീൻ , നല്ല എരിവും പുളിയും കലർന്ന മണം

വായിൽ കപ്പലോടിക്കാം .

വിരലിട്ട് വായിൽ വെച്ച് നോക്കി .

ഒരു രക്ഷയുമില്ല . അത്ര രുചി .

ഞാൻ കറിയും ചോറുമെല്ലാം മറ്റൊരു പാത്രത്തിലേക്ക് മാറ്റി വെച്ചു . പിന്നെ അവരുടെ പാത്രം കഴുകി വെടുപ്പാക്കി .

ചില സ്ത്രീകൾക്ക് പാത്രങ്ങൾ ബലഹീനതയാണെന്ന് കേട്ടിട്ടുണ്ട് .

ഇതൊക്കെ ചെയ്യുമ്പോളും അവർതന്നെയായിരുന്നു മനസ്സിൽ .

അവർ

കല്യാണിയമ്മ

ഞാൻ അവരോട് കാണിച്ചത് തെറ്റല്ലേ .

എന്ത് സ്നേഹത്തോടെയാണ് അവർ എന്നോട് എന്നോടു പെരുമാറിയത് . .

എന്നോട് മിണ്ടി . എനിക്ക് ഭക്ഷണം തന്നു .

അല്ല , ഞാൻ എന്തിനാണ് വിഷമിക്കുന്നത് .

അച്ഛനോടുള്ള സ്നേഹം അവർ എന്നോട് കാട്ടി അത്രയല്ലേ ഉള്ളു .

എന്റെ ഉള്ളിൽ പിടിവല് നടക്കുന്നു .

ഞാൻ ശരിയാണോ അതോ തെറ്റോ.

ആ അത് കള , ഇനി ഇപ്പൊ പുറത്തിറങ്ങുന്നത് അത്ര ബുദ്ധിയല്ല .ഞാൻ വീണ്ടും അച്ഛന്റെ പെട്ടിയുടെ അടുത്തെത്തി . അടുത്ത കത്തെടുത്തു .

ഭാഗം : എട്ട്

തിരയൽ

ഏതോ ഒരു കത്തെടുത്തു .

ഹൃദയേട്ടാ ,

അങ്ങനെയേ ഞാൻ വിളിക്കൂ . എന്റെ ഹൃദയത്തിന്റെ ഉടമയെ പിന്നെ എങ്ങനെ വിളിക്കാനാണ് .

അടുത്ത വെള്ളി പപ്പുവേട്ടൻ പോകും ,ഒരു വർഷം കഴിയണം ഇനി തിരികെ വരാൻ . പുള്ളിയെ കൊണ്ട് മുറിക്ക് പുറകിലേക്കിറങ്ങാൻ ഒരു വാതിൽ വെപ്പിച്ചു . ഇനി എന്നും ഞാൻ അത് ചാരത്തേ ഉള്ളു .

ഞാൻ വായന നിർത്തി .

ഇതൊക്കെ ഞാൻ എങ്ങനെ എഴുതിവെക്കും . മതി

വീണ്ടും അച്ഛന്റെ ഫോട്ടോയിലേക്ക് നോക്കി .

ആരാ എഴുതിയതെന്നറിയാൻ പേര് നോക്കി .

പേരില്ല .

പകരം

ഹൃദയേട്ടന്റെ ഹൃദയേശ്വരി

എന്ന് എഴുതിയിരിക്കുന്നു .

പക്ഷേ ... എനിക്ക് ആളെ മനസ്സിലായി .

അവിടെ ഒരേ ഒരു ഗൾഫുകാരൻ മാത്രമേ
ഉണ്ടായിരുന്നുള്ളു .

പദ്മനാഭൻ അഥവാ പപ്പുവേട്ടൻ

പുള്ളി ഭാര്യയെ വിവാഹമോചനം നടത്തിയ കഥ
ഇവിടെല്ലാം പാട്ടാണ് .

ആ കഥ അച്ചുമ്മ പറഞ്ഞെനിക്കുമറിയാം.

പുള്ളി സംശയരോഗി ആണെന്നാണ് നാട്ടുകാര്
പറഞ്ഞു പറത്തിയത് .

തങ്കപ്പെട്ട സ്വഭാവമുള്ള സുശീലാമ്മയെ
വിവാഹമോചനം നടത്തിയകേട്ട് ആൾക്കാര് മൂക്കത്ത്
വിരല് വെച്ചു .

ഒടുവിൽ പുള്ളിക്ക് തന്നെ തോന്നി , തനിക്ക്
സംശയരോഗം തന്നെ . നാട്ടുകാര് പറഞ്ഞത് കേട്ട്
കുറച്ചുനാള് ഹോസ്പിറ്റലിലൊക്കെ തനിയെ
കയറിയിറങ്ങി .മരുന്നൊക്കെ കഴിച്ചു. എന്നിട്ട് വീണ്ടും
തങ്കപ്പെട്ട സുശീലാമ്മയെ കെട്ടി .അവര് ഇപ്പോഴും
സുഖമായി കഴിയുന്നു .

എന്റെ തങ്കപ്പെട്ട സ്വഭാവമുള്ള സുശീലാമ്മേ .....
ഹൃദയേശ്വരി ...

ഹോ ....

ഈ സത്യങ്ങളൊക്കെ ഞാൻ എന്ത് ചെയ്യും .

തുറക്കണ്ടാരുന്നു . പുല്ല് .

തടിക്ക് കൈകൊടുത്ത് ഞാൻ ഭിത്തിയിലെ ആ
ഉണങ്ങിയ കാമദേവനെ നോക്കി .

എന്റെ പൊക്കമില്ലായിരുന്നു .

എന്റെ നിറമില്ല

എന്റെ തിളങ്ങുന്ന മുടിയില്ല

ഇതൊക്കെ എങ്ങനെ സാധിച്ചു .

അശ്ലീലമല്ലാതെ വേറെ ഒന്നുമില്ലേ ഈ മനുഷ്യന്റെ
ജീവിതത്തിൽ , ചുമ്മാതല്ല അമ്മ കളഞ്ഞേച്ച് പോയത് .

ഞാൻ അടുത്ത കത്തെടുത്തു .

കല്യാണി എഴുതിയ കത്തായിരുന്നു അത് .

കല്യാണിയമ്മയുടെ കത്ത് .

ഞാനാണ് കല്യാണി .

ഭാര്യ പോയതിന് ശേഷമല്ലേ ഞാൻ എന്റെ ആഗ്രഹം
പറഞ്ഞത് . ഞാൻ ഇഷ്ടമാണെന്ന് പറഞ്ഞത് എല്ലാം
അറിഞ്ഞുകൊണ്ടാണ് . നിങ്ങൾ കാശുനോക്കിയല്ലേ
മറ്റുള്ള പെണ്ണ്ങ്ങളുടെ അടുത്ത് പോകുന്നത് .
അങ്ങനെ ഒരു പറച്ചിൽ പെണ്ണുങ്ങടെ ഇടയിലുണ്ട് .
ആരും ആൾക്കാരുടെ പേര് പറയില്ല . എനിക്ക്
നിങ്ങളോട് പ്രേമമാണ് സ്നേഹമാണ് . ഇനിയും
പറയാതിരുന്നാൽ . എന്നെ നീ ഉപേക്ഷിക്കരുത് . കാശ്
എനിക്ക് ഇഷ്ടം പോലെ ഉണ്ട് .എല്ലാം നീ എടുത്തോളൂ .
നിങ്ങളുടെ മകനെ ഞാൻ പൊന്നുപോലെ
നോക്കിക്കോളാം . ഞാൻ കാത്തിരിക്കും ഇന്നെങ്കിലും
നീ വരണം . എനിക്കൊരു മറുപടി തരണം . മാവിൻ
ചുവട്ടിൽ ഞാൻ കാത്തിരിക്കും .

വരണം

ഏട്ടന്റെ മാത്രം

കല്യാണി .

അവസാനം

ഒരു പ്രണയലേഖനം .

എനിക്ക് സന്തോഷമായി .

ഇതാണ് സ്നേഹം

അപ്പൊ അവർക്ക് അച്ഛനോട് അടക്കാനാകാത്ത പ്രണയമായിരുന്നു .

അഗാധ പ്രണയം

എനിക്ക് ബഹുമാനം തോന്നി .

അവരുടെ മകൾ എന്റെ സഹോദരിയല്ല .

ഉറപ്പിക്കാം .

അവർക്ക് സ്നേഹമാണ് ഉണ്ടായിരുന്നത് .

വീർപ്പുമുട്ടലോടെ

ഞാൻ അടുത്ത കത്തിന് തിരഞ്ഞു .

കിട്ടി .

വീണ്ടും അവരുടെ കത്ത്

കത്ത് നിവർത്തിവെച്ചതല്ലാതെ എനിക്ക് വായിക്കാൻ കഴിഞ്ഞില്ല.

 കല്യാണിയമ്മ

അച്ഛന്റെ കല്യാണി

അവരുതന്നെയാണ് മനസ്സിൽ .

അവിടെ നടന്ന കാര്യങ്ങൾ വീണ്ടും എന്റെ മനസ്സിലൂടെ ഓടി .

അയാൾ മുനവെച്ചപോലെ എന്തൊക്കയോ പറഞ്ഞു,
അവരയാളെ അടിച്ചു .

അപ്പൊ അടിക്കാൻ മാത്രം എന്താണ് .

മുഴുവനങ്ങോട്ട് കേൾക്കാൻ കഴിഞ്ഞില്ല .

അല്ല കൂടുതൽ അടുത്തോട്ട് പോയിരുന്നേ പിന്നെ
കേൾക്കേണ്ടി വരില്ലായിരുന്നു .

പക്ഷേ ...

എന്തോ ഉണ്ട് .

ഒരു ദീർഘനിശ്വാസത്തോടെ ഞാൻ
തലതാങ്ങിയിരുന്നു.

എന്നാലും ഒരാവേശം , ഞാൻ മലയാളിയല്ലേ

ഒന്നുകൂടി പോയാലോ .

ഒന്ന് കൂടി പോകാം .

ഞാൻ പുറത്തിറങ്ങി .

നല്ല ഇരുട്ടാണ് .

ഭയമുണ്ട് .

കാലിന്റെ മുട്ടിന് ഒരു വിറയലുണ്ട് .

ആരും ഇത് കാണാത്തതു കൊണ്ട്

എന്റെ ഭയം എന്റെ ഉള്ളിൽ തന്നെ ഇരിക്കും

ഒരാശ്വാസം .

ആ പഴയപേടി

ആ പഴയ നിക്കറെ മുള്ളി വിളി തലയിൽ മുഴങ്ങി .

ആ .... അതൊക്കെ ഒരു കാലം

ആ കഥ പിന്നെ പറയാം

ഇപ്പൊ ഇത് നോക്കാം .

ഇരുട്ടായി തുടങ്ങി .

ഞാൻ പതിയ വളരെ പതിയെ കല്യാണിയമ്മയുടെ വീട്
നോക്കി നടന്നു .

കൈയ്യിൽ അവരുടെ പാത്രമെടുത്തിട്ടുണ്ടായിരുന്നു .
അല്ല എന്തെങ്കിലും പ്രശ്നമുണ്ടായാൽ പറയാല്ലോ .
പാത്രം കൊടുക്കാൻ വന്നതാണെന്ന് .

ഒരു ബാക്കപ്പ് തന്ത്രമാണ് പൊളിയാതിരുന്നാൽ
മതിയായിരുന്നു .

ഞാൻ , അവരുടെ വീട് ലക്ഷ്യമാക്കി ഇരുള് പറ്റി നടന്നു .

'കയ്യാല' അടുത്തു .

ഞാൻ വീണ്ടും ഒരു തീവ്രവാദിയായി .

വീഴാനിരിക്കുന്ന തേങ്ങപോലെ എന്റെ തല ഞാൻ
കയ്യാലയിലേക്ക് എടുത്തു വെച്ചു .

വഴക്ക് നടക്കുകയാണ് .

അയാളുടെ ഉച്ചത്തിലുള്ള തെറിവിളികൾ

ഹോ ...

ചെവിയടിച്ചു പോയി .

 കല്യാണിയമ്മ ഒന്നും മിണ്ടുന്നില്ല . ആ മാവിന്റെ
ചുവട്ടിൽ മുൻപ് ഞാൻ പോകുമ്പോൾ
എങ്ങനെയാണോ അതുപോലെ ഇരിപ്പുണ്ട് .

ഒന്നും മിണ്ടാതെ

തല കുമ്പിട്ട് .

അയാൾ ഇടയ്ക്കിടെ അകത്ത് നിന്ന് പാഞ്ഞുവരും .

ചവിട്ടാനോങ്ങും , അടിക്കാനോങ്ങും . ചെവിപൊട്ടുന്ന
ചീത്തവാക്കുപറയും പോകും .

ഓടി വരുമ്പോൾ ആരും പേടിക്കും .

ഒരു കൈയ്യിൽ ഗ്ലാസ് മറുകൈയ്യിൽ ഒരു വളഞ്ഞ
വെട്ടുകത്തി .

ഒരു ആജാനബാഹു .

കല്യാണിയമ്മയെ വിളിച്ച് പേടിക്കണ്ട എന്ന്
പറയണമെന്നുണ്ട് .

പക്ഷേ ഞാനും പേടിച്ചു .

അങ്ങോട്ടെങ്ങാനും കേറിച്ചെന്നാ

അയാള് വെട്ടും ,ഉറപ്പാ

അവർക്ക് ഓങ്ങി വെച്ച വെട്ട് എന്റെ
പെടലിക്കിട്ടായിരിക്കും .

അയാളുടെ ഈ വരവും പോക്കും കണ്ടിട്ട് അവരെ
അയാൾ ഒന്നും ചെയ്യില്ലായിരിക്കാം , നേരത്തെ
കിട്ടിയതല്ല ഏറ്റമട്ടാണ് .

പിന്നെ , പൊൻമുട്ടയിടുന്ന താറാവിനെ ആരെങ്കിലും
കൊല്ലുമോ ?

അവരങ്ങാനും ചത്തുപോയാൽ എല്ലാം കൈവിട്ട്
പോകത്തില്ലേ .

ഒന്നുകൂടി അടുത്ത് പോയാലോ .

ഞാൻ തലക്ക് കൂട്ടായി ഉടല് കൂടി ആ കയ്യാലയുടെ
മുകളിൽ എടുത്തുവെച്ചു .

പതിയെ പതിയെ

വാഴയുടെ

ചീനിയുടെ

മുരിങ്ങയുടെ മറവുപറ്റി

അവരുടെ അടുത്തേക്ക് എത്തി നിന്നു .

ഇപ്പൊ അവര് പറയുന്നത് കേൾക്കാം , അയാളുടെ തെറിവിളി ഒരക്ഷരം മുറിയാതെ ചെവിക്കുകിട്ടും .

ഹൊ ....

എനിക്ക് ഇത്തിരി ധൈര്യമുണ്ട് .

ഉള്ളിൽ അഭിമാനം ചെറുതായി മുളപൊട്ടി .

ഞാൻ അടുക്കളയുടെ ജനൽ വഴി കണ്ടു .

ഓരോ പ്രാവിശ്യം പോകുമ്പോഴും അയാൾ ഗ്ലാസ് നിറക്കുന്നുണ്ട് .

മദ്യം ലഹരി മാത്രമല്ല . അത് ചെകുത്താനുമാണ് . അത് എന്തും ചെയ്യും .

 എനിക്ക് ഭയം വന്നു .

അയാളുടെ കൈയ്യിൽ ആ കത്താളുണ്ട് .

ഇടയ്ക്കിടെ അയാൾ അതിന്റെ മൂർച്ച കൂട്ടുന്നു .

എനിക്ക് മേലാസകലം പെരുപ്പ് കയറി .

അയാൾ എന്തിനോ ഉള്ള പുറപ്പാടാണ് .

ഞാൻ പണ്ട് ഒരു കോഴിയെ കൊന്നപ്പോൾ എനിക്ക് തോന്നിയ ഒരു പരവേശമുണ്ട് .

ഒരു മുപ്പത് പ്രാവിശ്യം ഇത്പോലെ അന്ന് ഞാൻ കയറിയിറങ്ങി . ഒരു കത്തിയുമായി . അതിന്റെ മൂർച്ച

ഇതുപോലെ നോക്കിയിരുന്നു . ഒരു പാട് ഒരുപാട് പ്രാവിശ്യം .

അന്ന് , കെട്ടിയിട്ട കോഴിയുടെ കഴുത്ത് വെട്ടിയിപ്പോൾ എന്റെ മുഖത്ത് തെറിച്ച ആ ഒരു തുള്ളി ചോര ഇന്നും എന്നെ ഭയപ്പെടുത്തുന്നുണ്ട് .

എനിക്ക് ഉള്ളിലേക്ക് ഭയം ഇരച്ചുകയറി .

ഇയാൾ എന്തോ മനസ്സിൽ ഉറപ്പിച്ചിട്ടുണ്ട് .

അയാൾ വീണ്ടും വീണ്ടും മൂർച്ച നോക്കുന്നു .

ഒരു ഗ്ലാസ് കൂടി അകത്താക്കി .

തെറി വിളിച്ചുകൊണ്ട് അവരുടെ നേരെ പാഞ്ഞുപോകുന്നു .

ഭാഗം : ഒൻപത്

അവസാനം

അയാൾ അവരുടെ നേരെ ആ കത്താള് വീശി ,

അവർ കുനിഞ്ഞിരിക്കുകയാണ് .

ഒരു നിമിഷം കൊണ്ട് എല്ലാം കഴിയും .

അവർക്ക് ഒരു നിമിഷത്തെ വേദന ,പിന്നെ എല്ലാം
കഴിയും .

ഞാൻ അങ്ങനെ നിന്നു .

എന്റെ ചെള്ളക്ക് ഒരടി .

അവർ കല്യാണിയമ്മ

ഞാൻ ഞെട്ടിളണർന്നു .

ഒന്നും സംഭവിച്ചില്ലേ ?

അയാൾ താഴെ കിടക്കുന്നു .

എന്റെ മുന്നിൽ .

" നീ എന്താടാ ചെയ്യതത് ? നീ ഇപ്പൊ എവിടുന്നാ വന്നേ ?"

"ഏ ... ഞാനോ ?"

ഞാൻ അയാളെ നോക്കി , അയാൾ ഉറങ്ങുന്ന പോലെ കിടക്കുന്നു .

അടുത്ത് പാത്രം , അവരുടെ പാത്രം

ഞാൻ അടിച്ചതാ ആ പാത്രത്തിന് , അയാളുടെ തലക്ക്

എനിക്ക് ഒന്നും ഓർമ്മയിൽ വന്നില്ല .

ഞാൻ അവരോട് വീണ്ടും ചോദിച്ചു .

" ഞാനോ ?"

" ആ നീ ... എന്റെ മോളിലോട്ടാ അയാള് വന്നു വീണത് .
ആ കത്തി കൊണ്ടിരുന്നേ ഞാനിപ്പൊ ചത്തേനെ "

എന്റെ ഉള്ളിൽ വെള്ളിടി വെട്ടി .

ശരിയാ , ഞാനാ

പെട്ടന്ന് കൈയ്യീന്നുപോയി .

എന്ത് ചെയ്യണമെന്നറിയാതെ ഞാൻ അവരെ നോക്കി .

" അയാള് നിങ്ങളെ കൊല്ലാൻ ..... അത് കൊണ്ടാ
ഞാൻ അടിച്ചെ "

ഞാൻ പേടിയോടെ പറഞ്ഞു .

ഹും ....

അവർ ഒരു ദീർഘനിശ്വാസം വിട്ടു .

അടുക്കള ഭാഗത്തേക്ക് കൈ ചൂണ്ടി അരിശത്തോടെ
പറഞ്ഞു .

"നോക്ക് "

ഞാൻ ആ വിരൽ തുമ്പിലൂടെ നോക്കി

'കോഴി' !!

അവിടെ ഒരു കോഴി , അതിന്റെ കാലുകൾ കെട്ടിയ
നിലയിലായിരുന്നു .

അപ്പൊ , അയാള് ഈ കോഴിയെ കൊല്ലാനായിരുന്നു !

ഈശ്വരാ .... ഞാൻ കൈ നെഞ്ചത്ത് വെച്ചു .

" എന്നെ ഇയാള് ഒന്നും ചെയ്യത്തില്ല , അതിനുള്ള കെൽപ്പൊന്നും ഇയാൾക്കില്ല . ഞാൻ മരിച്ചാ സ്വത്തെല്ലാം എന്റെ മോൾക്ക് പോകും ,അത് ഇങ്ങേർക്ക് നന്നായി അറിയാം . അതുകൊണ്ട് എന്റെ ദേഹത്ത് അയാള് തൊടത്തില്ല "

അവർ തുടർന്നു .

" നീ പോകാൻ നോക്ക് . ആ പാത്രമിങ്ങുതാ , ബോധം വരുമ്പോ ഇനി നിന്നെ കണ്ടാ അടുത്ത പ്രശ്നംതുടങ്ങും, എന്നെ മാത്രമേ അയാള് തല്ലാത്തതായുള്ളൂ . അറിയാല്ലോ , പെട്ടന്ന് പോ , ഉണരുമ്പോ വല്ല കാല് തട്ടി വീണതാണെന്ന് കരുതിക്കോളും . നീ പോ "

പാത്രം പിടിച്ചു വാങ്ങി , പോകാനായി അവരെന്നെ തള്ളി .

പിന്നെ ചുറ്റുമുള്ളതൊന്നും ഞാൻ കണ്ടില്ല .

പറക്കുകയായിരുന്നു .

എന്റെ വീടിന്റെ വാതില ടച്ച് മുറിയിൽ കയറി , പിന്നെ അതിന്റെയും വാതിലടച്ച് ഞാൻ കട്ടിലിൽ മൂടിപ്പുതച്ച് കിടന്നു .

ഞാൻ വന്ന വഴി അവിടെ നിന്ന പുല്ലുകൾക്ക് പോലും അറിയാൻ കഴിയില്ല .

എനിക്ക് ചിറകുകളുണ്ടായിരുന്നെന്ന് എനിക്ക് തന്നെ തോന്നിപ്പോയിരുന്നു .

ഞാൻ വിറച്ചുകൊണ്ടിരുന്നു .

ആലിലപോലെ ആൾക്കാർ വിറക്കുമെന്ന്
പറഞ്ഞുകേട്ടത് ശരിയാണ് . അത് ഞാൻ
അനുഭവിക്കുകയായിരുന്നു .

നേരം വെളുക്കരുതേ എന്ന് ഞാൻ ഓരോ നിമിഷവും
പ്രാർത്ഥിച്ചുകൊണ്ടിരുന്നു .

പക്ഷേ വെളുത്തു .

രാത്രി ഒരു പോളകണ്ണുപോലും ഞാനടച്ചില്ല .

അയാൾ ഉണർന്നിരിക്കും .

അവരെന്തായാലും ഒന്നും പറയാൻ പോകുന്നില്ല .

പക്ഷേ ഒരു കുഴപ്പമുണ്ട്.

എന്നെ അയാൾ കണ്ട് കാണുമോ .

കണ്ടെങ്കിൽ ഇന്ന് ഞാൻ ദിവംഗതനാകും .

ഞാൻ അച്ഛന്റെ ഫോട്ടോ നോക്കി .

അതിന്റെ അടുത്തായി എന്റെ ഫോട്ടോ,

 ഹോ ... എനിക്ക് തോന്നിയതാ

അച്ഛാ ...

എന്നെ കൂടെയിരുത്താനുള്ള പരിപാടിയായിരുന്നല്ലേ ?

ഒരു പെട്ടീം കൊറേ കുട്ടീം പിന്നെ കൊറേ കത്തും

എനിക്ക് എന്തിന്റെ കേടായിരുന്നു .

ദൈവമേ ... ഇന്ന് ദിവംഗതനാകുമോ .

വാതിലിൽ മുട്ട് കേട്ടു .

തുറക്കാണോ ?

അയാളായിരിക്കും .

ഇനി എന്ത് ചെയ്യും ,

നോക്കാം ,

ഞാൻ വാതിലിന്റെ പഴുതിലൂടെ ഒളിഞ്ഞുനോക്കി .

'ബംഗാളികൾ '

കുറേ ബംഗാളികൾ , അത് അയാളുടെ വീട്ടിലെ പണിക്കാരാണ് .

എന്റെ കണ്ണുകൾ അറിയാതെ പുറത്ത് വന്നു .

ഈശ്വരാ ...എന്നെ തല്ലി കൊന്ന് വീട് കത്തിക്കാനാവും .

ഇല്ല തുറക്കൂല ..

ആ വാതിലിനേ എന്റെ ശരീരം പരിചയാക്കി ശക്തിയായി തള്ളികൊണ്ട് നിന്നു .

ദാ വീണ്ടും കൊട്ടുന്നു .

" ഭായി സാബ് "

പുറത്ത് നിന്നും വിളി കേട്ടു .

ഏ ... ഭായ് സാബ് ...

നല്ല മയത്തിലുള്ള വിളി .

അപ്പൊ തല്ലാനല്ല .

തുറക്കാം .

ഞാൻ മുഖത്ത് ഒരു വലിയ ചിരി വരച്ചുകൊണ്ട്
വാതിൽ തുറന്നു .

"എന്താണ് "

ഗൗരവത്തിൽ

ഞാൻ അവരോട് ചോദിച്ചു .

കൂട്ടത്തിൽ നത്തുപോലെ ഇരിക്കുന്ന ഒരു
മലയാളിയുണ്ടായിരുന്നു . അവനാണെന്ന് തോന്നുന്നു
നേതാവ് .

എനിക്ക് ഇത്തിരി സമാധാനം കിട്ടി .

അവൻ എന്നെക്കാളും ചെറുതാ , നൂല് പോലെ
ഒരുത്തൻ .

"ചേച്ചി പറഞ്ഞു ഇവിടെ വന്ന് പണിയെടുക്കാൻ .
പെയിന്റടിക്കണം വീടിന്റെ വട്ടം വൃത്തിയാക്കണം ,
പിന്നെ മതിലും ഗേറ്റും ശരിയാക്കാനും പറഞ്ഞു."

അവൻ അവിടെയും ഇവിടെയും തൊടാതെ പറഞ്ഞു .

അവന് വിക്കുണ്ട് .

പകുതി എനിക്ക് വ്യക്തമായില്ല , എന്നാലും കാര്യം
എനിക്ക് മനസ്സിലായി .

ഞാൻ മൂളി .

" ഉം .. "

അവൻ തുടർന്നു .

" പിന്നെ അങ്ങോട്ട് ചെല്ലാനും ചേച്ചി , പറയാൻ
പറഞ്ഞു "

" ഉം ... "

ഞാൻ വീണ്ടും മൂളി .

" ഞങ്ങള് പുറം പണി ആദ്യം തുടങ്ങാം , വീട് പണി
അവസാനം പോരെ ? "

അവൻ ഭവ്യതയോടെ എന്റെ ഉത്തരത്തിന്
കാത്തുനിൽക്കുന്നു .

അവന്റെ ആ ഭവ്യത എന്റെ ജീവിതത്തിലെ ആദ്യ
സംഭവമായിരുന്നു .

എന്റെ വാക്കിന് വേണ്ടി ഒരാൾ കാത്തുനിൽക്കുന്നു .

" മതി "

ഞാൻ ഉൾപുളകത്തോടെ പറഞ്ഞു .

പിന്നെ ചോദിച്ചു .

" എങ്ങോട്ട് ചെല്ലാൻ ? ആരുപറഞ്ഞു ? "

അവൻ വീണ്ടും തല ചൊറിഞ്ഞുകൊണ്ട് നിന്നു
പറഞ്ഞു .

"ശേഖരൻ മുതലാളിയുടെ വീട്ടിലോട്ട് , ചേച്ചി
പറഞ്ഞതാ. "

ഉള്ളിൽ മിന്നലടിച്ചെങ്കിലും , ഞാൻ അവനോട് ലേശം
ഹുക്ക് നിറഞ്ഞ ഭാവത്തിൽ പറഞ്ഞു .

" ആ .. ശരി ."

അത് കേട്ട് തല കുലിക്കികൊണ്ട് അവൻ ഏതാണ്ട്
പതിനഞ്ചോളം വരുന്ന ബംഗാളികളുടെ കൂടെ എന്റെ
പുരയിടത്തിൽ പടർന്നുകയറി.

കലപില ശബ്ദങ്ങളിൽ ഹിന്ദിയും തമിഴുമെനിക്ക്
മനസ്സിലായി .

പിന്നെയും ഏതോ ഭാഷകളുമുണ്ട് . അപ്പൊ മുഴുവൻ
ബംഗാളികളല്ല . പാനിന്ത്യയാണ് .

ഇനി ഇവിടെ നിന്നിട്ട് കാര്യമില്ല .

അങ്ങോട്ട് പോകാം , കല്യാണിയമ്മയുടെ വീട്ടിലേക്ക് .

ഞാൻ നടന്നു .   പതിയെ , വളരെ വളരെ പതിയെ

എത്തരുതേ എന്നായിരുന്നു മനസ്സിൽ

അയാൾ എന്നെ വീട്ടിൽ വിളിച്ചുവരുത്തി രഹസ്യമായി
കൈകാര്യം ചെയ്യാനാകുമോ ?

കാലിൽ നിന്നൊരുപെരുപ്പ് നെറുകയിലെത്തി .

ഞാൻ ഇന്നലത്തെ കയ്യാലയുടെ സമീപമെത്തി .

കയറണോ ?

വേണ്ട .

നേരെ പോകാം . ഗേറ്റ് വഴി .

നടന്ന് നടന്ന് ഗേറ്റിന് മുന്നിലെത്തി .

അയാൾ , ശേഖരൻ

അയാളവിടെ ഉമ്മറത്ത് കസേരയിൽ
ചാഞ്ഞുകിടപ്പുണ്ട്.

തലയിൽ ഒരു വെള്ളക്കെട്ട് .

അടുത്ത്   ഇടിയൻ പൈലിപോലീസ് .

എന്റെ ബോധം മറയുമെന്ന് തോന്നി .

അപ്പൊ കണ്ടു .

വാതിലിനോട് ചേർന്ന് അവർ ,

കല്യാണിയമ്മ ,അച്ചന്റെ കല്യാണി .

അവരുടെ മുഖത്ത് ഒരു സന്തോഷ ഭാവം .

എനിക്ക് ആശ്വാസമായി .

പ്രശ്നമൊന്നുമില്ലെന്ന് തോന്നുന്നു .

"നീ എവിടെയായിരുന്നു . എത്ര നേരമായി നിന്നെ പുള്ളി
തിരക്കുവാ ?"

ഇടിയൻ പൈലി ഭവ്യതയോടെ എന്നെ നോക്കി
പറഞ്ഞു .

വായിലെ വെള്ളം മുഴുവൻ തൊണ്ടയിലൂടെ
അപ്രത്യക്ഷമായി .

വായ വറ്റിവരണ്ടു .

ചെവിയിൽ ചൂട് കൂടി .

ഞാൻ വളിച്ച ചിരി മുഖത്ത് വളച്ചുവെച്ചു .

അപ്പോൾ,

കല്യാണിയമ്മ

" മോനേ .. പണിക്കാര് വന്നോ? അവരു ജോലി തുടങ്ങിയോ ? "

" ആ തുടങ്ങി , അമ്മേ ... "

എന്റെ വായിൽ നിന്നും അറിയാതെ ഉത്തരം വന്നു .

ഞാൻ അവരെ അമ്മയെന്ന് വിളിച്ചു .

എനിക്കുതന്നെ അത്ഭുതം തോന്നി .

ഞാൻ അവരെ നോക്കി .

അവരുടെ മുഖം ചുവന്ന് തുടുത്തിരുന്നു .

വാത്സല്യത്താൽ അവർ പൂത്തുലഞ്ഞുനിൽക്കുന്നത് ഞാൻ കണ്ടു .

ഒരമ്മയുടെ മുഖം ഞാൻ കണ്ടു .

" വാ കേറിവാ , കാപ്പി എടുത്തുവെച്ചിട്ടുണ്ട് . ചായ ചൂട് പോയിക്കാണും ."

അവരെന്നെ അകത്തേക്ക് ക്ഷണിച്ചു .

" അപ്പൊ ഞാൻ പോട്ടെ കല്യാണിയമ്മേ ? "

പൈലി ചോദിച്ചു .

" കഴിച്ചിട്ട് പോകാരുന്നു . "

കല്യാണിയമ്മ പറഞ്ഞു .

" അയ്യോ , ഇപ്പൊ വേണ്ട , ഞാൻ കഴിച്ചിതാ , അപ്പൊ കല്യാണത്തിന് വിളിക്കണേ ?"

പൈലി പറഞ്ഞു

"ഉറപ്പായിട്ടും "

കല്യാണിയമ്മയുടെ മറുപടി കേട്ട് സന്തുഷ്ടനായി
അയാൾ പുറത്തേക്കിറങ്ങി .

പെട്ടന്ന് നിന്നു .

വീണ്ടും തിരിഞ്ഞുമ്മറത്തേക്ക് കയറി .

ശേഖരൻ മുതലാളിയുടെ ചാരുകസേരയുടെ അടുത്ത്
കുനിഞ്ഞുനിന്ന് അയാളുടെ കൈ പിടിച്ചു .

" മുതലാളി, ഞാൻ പിന്നെ വരാം, കല്യാണത്തിന്
തലേന്നേ ഞാനിവിടെ ഉണ്ടാകും "

ശേഖരൻ മുതലാളി അയാളുടെ മുഖത്തേക്ക് നോക്കി
പുഞ്ചിരിച്ചു .

പൈലി പുറത്തേക്കിറങ്ങി . പോകുന്നവഴിക്ക് എന്റെ
തോളിലും തട്ടി . പിന്നെ ജീപ്പിൽ കയറി പൊടി പറപ്പിച്ച്
പാഞ്ഞുപോയി .

എനിക്കൊന്നും മനസ്സിലായില്ല .

ഞാൻ ശേഖരനെ നോക്കി ,

അയാൾ എന്നെ നോക്കി ചിരിച്ചു . ഞാനും
ചിരിവരുത്തി ചിരിച്ചു .

അയാൾ ആ ചാരുകസേരയിലേക്ക് ചാഞ്ഞുകിടന്ന്
കണ്ണുകളടച്ചു .

ശൂ ...   ശൂ ...

ഒരു പാമ്പിന്റെ ശീൽക്കാരം

ഞാൻ ചുറ്റും നോക്കി .

പാമ്പല്ല , കല്യാണിയമ്മ .

വാ .. എന്ന് അവർ ശബ്ദമില്ലാതെ തല കൊണ്ട്
സംസാരിച്ചു .

ഞാൻ ജീവിതത്തിൽ ആദ്യമായി ആ വീട്ടിലേക്ക് കയറി.

വിശാലമായ മുറി . മനോഹരം .

ഞാൻ അറച്ചറച്ച് നിന്നു .

" ഇരിക്ക് "

അവർ ടേബിളിലേക്ക് ചൂണ്ടി പറഞ്ഞു .

 ടേബിളിൽ ആഹാരം വിളമ്പി വെച്ചിരിക്കുന്നു .

ഞാൻ ഇരുന്നു .

അവർ എന്റെ അടുത്തായി ഒരു
കസേരയിലേക്കിരുന്നു.

 എന്റെ കൈകളിൽ പിടിച്ചു .

പിന്നെ എന്റെ മുഖത്തേക്ക് നോക്കിയിരുന്നു .

" എന്താ ഉണ്ടായേ ? "

ഞാൻ പേടിയോടെ , ആകാംക്ഷയോടെ ചോദിച്ചു .

" നിന്റെ കല്യാണം ഞാനങ്ങുറപ്പിച്ചു . എന്റെ
മോളുമായി . അവള് നാളെക്കഴിഞ്ഞിങ്ങുവരും. അത്രേ
ഉണ്ടായിട്ടുള്ളൂ "

അവർ പറഞ്ഞു നിർത്തി.

അവരുടെ മുഖത്ത് സന്തോഷവും പൂത്തിരി കത്തിച്ചപൊലെ പ്രകാശവുമുണ്ടായിരുന്നു .

എനിക്ക് ആകെ ഒരു പരവേശമായിരുന്നു .

ഞാൻ എഴുന്നേൽക്കാൻ തുടങ്ങി .

അവരെന്നെ കൈ പിടിച്ച് വീണ്ടുമിരുത്തി .

അവിടെയിരിക്കുമ്പോൾ പുറത്ത് ചാരുകസേരയിലിരിക്കുന്ന അയാളുടെ , ശേഖരൻ മുതലാളിയുടെ കാലുകൾ കാണാമായിരുന്നു . ആ കാലുകൾ പോലും എന്നെ ഭയപ്പെടുത്തുന്നുണ്ടായിരുന്നു .

ഞാൻ ഭീതിയോടെ കല്യാണിയമ്മയെ നോക്കി .

അവർക്ക് ആ നോട്ടത്തിന്റെ പൊരുൾ മനസ്സിലായിക്കാണണം .

അവർ എന്റെ കൈകൾക്ക് മുകളിൽ തലോടി .

പിന്നെ പറഞ്ഞുതുടങ്ങി .

" പേടിക്കണ്ട , അയാളൊന്നും അറിഞ്ഞിട്ടില്ല . എനിക്ക് തോന്നുന്നു ഇനിയൊട്ട് അറിയാനും പോണില്ലാന്നാ . ഇന്നലെ ഞാൻ ആദ്യം ഇങ്ങേര് തള്ളിവീണെന്നും പറഞ്ഞുവിളിച്ചത് അപ്പറത്തെ ലീലാമ്മേയാ , വേറൊന്നുമല്ല ,നീ അങ്ങോട്ട് പോയ പുറകിന് അവള് കേറിവന്നു . ഞാൻ അവളെ കാണാത്ത പോലെ നിന്നിട്ട് അവളുടെ വീട് നോക്കി . ലീലാമ്മേ , ലീലാമ്മേ എന്ന് രണ്ട് മൂന്ന് വിളിയങ്ങ് പാസ്സാക്കി . പിന്നെ നടന്നതൊന്നും എനിക്കറിയില്ല . അവളുടെ കെട്ടിയോൻ ആ മരമണ്ടൻ ആംബുലൻസിന് പകരം പോലീസിന്

ഫോൺ ചെയ്തു . പോലീസ് വന്നു അങ്ങേരെ
ഹോസ്പിറ്റലും കൊണ്ട് പോയി ."

കല്യാണിയമ്മ പറഞ്ഞു നിർത്തി .

" അപ്പൊ തലക്ക് ? എന്തെങ്കിലും കുഴപ്പം ? "

ഞാൻ അറച്ചറച്ച് ചോദിച്ചു .

" നിനക്കറിഞ്ഞുകൂടെ , വെച്ചു താങ്ങിയതല്ലേ . ഒരു
ചെറിയ മുറിവ് അത്രേ ഉള്ളൂ . വെച്ചുകെട്ടി
അവരിങ്ങുവിട്ടു . പക്ഷേ രാത്രിമുതൽ ഈ ഇരുപ്പാ .
ഇടക്കൊക്കെ ഞാൻ ഒരോന്ന് പറഞ്ഞു നോക്കി .
ഞാൻ എന്ത് പറഞ്ഞാലും അയാൾ സമ്മതിക്കുവാ .
എന്തോ കാര്യമായി തലക്ക് പറ്റിയിട്ടുണ്ട് . ഫ്യൂസ്
മൊത്തം പോയപോലാ . അതുകൊണ്ട് എന്റെ മനസ്സില്
വരുന്നതെല്ലാം ഞാൻ രാവിലെ തൊട്ട് ചെയ്യിക്കുവാ .
എനിക്കാണെ ഇപ്പൊ മൊത്തത്തിൽ ഒരു സമാധാനം "

ഒറ്റ ശ്വാസത്തിൽ അവർ പറഞ്ഞുനിർത്തി .

അവരുടെ മുഖത്തെ ആ സന്തോഷം അയാളെ അവർ
എത്രമാത്രം വെറുക്കുന്നുവെന്ന് എനിക്ക് കാട്ടി തന്നു .

ഈശ്വരാ ... അപ്പൊ കിളി പോയതാ .

അത് പറന്നുപറന്നങ്ങുപോയാ മതിയായിരുന്നു .

തിരിച്ചുകൂട്ടിലെങ്ങാനും വന്നാ

എന്റെ തലയിലെ കിളി അയാൾ പറത്തും .

എന്തായാലും ഇപ്പൊ എനിക്കും

ആശ്വാസം . സമാധാനം .

അപ്പോഴാണ് ഓർത്തത് .

കല്യാണം

അത് മനസ്സിൽ നിന്നും പുറത്തുവന്നു .

ഞാനവരുടെ മുഖത്തേക്ക് നോക്കി .

പിന്നെ അറച്ചറച്ചുചോദിച്ചു .

" കല്യാണം "

" ആ കല്യാണം , നേരത്തെ എന്നെ എന്താ വിളിച്ചെ ,
അമ്മേന്നല്ലേ , ആ ഇനി നിന്റെ കാര്യം ഞാനാ
തീരുമാനിക്കുന്നെ , ഞാൻ പറയും നീ കേട്ടാമതി ,
എന്റെ മോള് സുന്ദരിയാ.. നിനക്കറിയത്തില്ലേ അവളെ ?
ഒരു രണ്ട് ദിവസം കൊണ്ട് അവളിങ്ങുവരും . ഞാൻ
വിളിച്ചു പറഞ്ഞു . അവൾക്ക് സമ്മതമാ ... "

ഇതും പറഞ്ഞുകൊണ്ട് , ഇരുന്നുകൊണ്ട് അവരെന്നെ
കെട്ടിപ്പിടിച്ചു . ഇരുക്കെ അസ്ഥിനുറുങ്ങുന്നപോലെ .

എന്റെ തല അവരുടെ തോളിൽ ഇരുന്നു .

കയ്യാലയിലെ തെങ്ങ പോലെ .

ആ ഇരുപ്പിൽ ഞാൻ കണ്ടു .

അയാൾ ശേഖരൻ , അടുക്കളയുടെ ആ
മാവിനടുത്തേക്ക് പോകുന്നു .

ഇടക്ക് അയാൾ എന്നെ നോക്കി . മുഖത്ത് ഒരു
ചിരിയുണ്ട് .

അയാളുടെ കിളി പറന്നുപോയിട്ടുണ്ട് .

മനസ്സിൽ ഒരു സമാധാനം .

ഞാനും അവരെ ഇറുകെ പുണർന്നു .

അയാൾ അടുക്കളയിലൂടെ പുറത്ത് മാവിന്റെ
മുന്നിലെത്തി അവിടെ കുത്തിയിരുന്നു .മുകളിലേക്ക്
ശിഖരങ്ങൾ നോക്കിയിരിപ്പായി .

അപ്പോഴും

ഞങ്ങൾ ആലിംഗനത്തിലായിരുന്നു .

അവർ എന്നെ വളരെ ഇറുകെയാണ് പുണർന്നിരുന്നത്.

എനിക്ക് വേദനിക്കുന്നുണ്ടായിരുന്നു . എങ്കിലും ചില
വേദനകൾ ഒരു സുഖമാണ് .

എന്റെയുള്ളിലെ ആ കറുത്ത വസ്ത്രധാരി
മനോരാജ്യത്തിലായിരുന്നു .

ആകെയൊരുസുഖം .

പക്ഷെ അസ്ഥി പൊടിയുമെന്ന അവസ്ഥവന്നപ്പോൾ
ഞാനൊന്നിളകി .

അവർ പെട്ടന്ന് പിടിവിട്ടു .

" അയ്യോ ... വേദനിച്ചോ , ? "

ഞാൻ ഇല്ലെന്ന് താലയാട്ടി .

അവർ എന്റെ തലയിൽ കൈകൊണ്ട് തടവികൊണ്ട്
കസേരയിൽ നിന്നും എഴുന്നേറ്റു .

" കാപ്പി കുടിക്കൂ .. "

അപ്പോഴാണ് തീൻ മേശ മുഴുവനായി ഞാൻ
നോക്കിയത് .

നിറഞ്ഞു തുളുമ്പി പലതരം വിഭവങ്ങൾ .

കഴിപ്പൊക്കെ കഴിഞ്ഞുകൊണ്ട് ഞാൻ കൈ കഴുകി ,
അവരോട് പോകുകയാണെന്നും പറഞ്ഞുകൊണ്ട്
അടുക്കളയുടെ പുറകുവശത്തെത്തി .

മാനത്തോട്ട് നോക്കി കുത്തിയിരിക്കുന്ന
കിളിപോയമനുഷ്യന്റെ അടുത്തിരുന്നു .

എന്റെ ഭയം പോയിരുന്നു .

കിളി പോയതായാലും എന്റെ അമ്മായപ്പനാവാൻ
പോകുന്ന ആളല്ലേ , പറഞ്ഞിട്ട് പോകുന്നതല്ലേ
അതിന്റെ ശരി .

അയാളുടെ അടുത്തിരുന്ന ഞാനും , അയാൾ
നോക്കിയിരുന്ന ശിഖരത്തിലേക്ക് നോക്കി .

ഏകദേശം ഒരു അഞ്ചുമിനിറ്റ് കഴിഞ്ഞുകാണും .

അയാൾ തല താഴ്ത്ത് എന്നെ നോക്കി ചിരിച്ചു .
ഞാനും ചിരിച്ചു .

അയാൾ തറയിൽ കൈപ്പത്തി കൊണ്ട് തട്ടി , പിന്നെ
മുകളിലേക്ക് നോക്കി .

വിരൽ ചൂണ്ടി .

നന്നായി . എനിക്ക് ഇങ്ങനെ തന്നെ വേണം .

ഭാവിയിൽ എന്റെ പണി മിക്കവാറും ഇതായിരിക്കും .

അമ്മായിയപ്പനെ നോക്കുക .

ഞാനും അയാളെപ്പോലെ മുകളിലേക്ക് വിരൽ ചൂണ്ടി .

പിന്നെ കൈകൾ കൊട്ടി അയാളെ ചിരിച്ചു കാട്ടി .

പക്ഷേ അയാൾ എന്നെ രൂക്ഷമായൊന്ന് നോക്കി,
പിന്നെ മുകളിലേക്ക് നോക്കിയ ആ മനുഷ്യൻ ഏതാണ്ട്
പത്തുമിനിറ്റ് കഴിഞ്ഞിട്ടും ശിഖരങ്ങളിൽ നിന്നും
കണ്ണുകളെടുത്തില്ല , എന്നെ നോക്കിയതുമില്ല .

എനിക്ക് ഭയമുണ്ടായിതുടങ്ങി .ഞാൻ ചെറിയ
ശബ്ദമുണ്ടാക്കി . തൊണ്ടയുടെ കര കരപ്പുശബ്ദം
കേൾപ്പിച്ചുനോക്കി .

ഒന്നും നടപ്പില്ല ,അവസാനം ഞാൻ പതിയെ എഴുന്നേറ്റു.

പാതിരാ കോഴിപോലെ കറങ്ങിത്തിരിഞ്ഞു .

ഒറ്റ മുങ്ങൽ.

അത് നിന്നത് എന്റെ തന്നെ വീടിന്റെ മുന്നിൽ ,

ഞാൻ അമ്പരന്ന് പോയി .

അവിടെ മൊത്തത്തിൽ ഒരു മാറ്റം . എന്റെ വസ്തു
ഒരു ബ്യൂട്ടിപാർലറിൽ പോയിട്ടുവന്നപോലെ.

ഒരു പൊടിയൻ വന്ന് എന്നെ സലാം വച്ചിട്ടുപോയി . ആ
പഴയ മലയാളിയും ദൂരെ നിന്നും സലാം പറഞ്ഞു .
പിന്നെ അവിടവിടെ സലാം വിളികൾ ഉറക്കെ കേട്ടു .

എനിക്ക് അത്ഭുതം , വന്നു വന്ന് എനിക്ക് വരെ സലാം .

ഞാൻ എല്ലാവരേയും കൈപൊക്കി കാട്ടി .
ആഹ്ലാദത്തോടെ വീടിനകത്തേക്ക് കയറി .

പോയത് നേരെ അച്ഛന്റെ മുറിയിലേക്കാണ് .

പെട്ടിയൊക്കെ അടുക്കിവെക്കണം . പുറംപണി
കഴിഞ്ഞാൽ വീട് വൃത്തിയാക്കലാവും . അതിന് മുമ്പ്
എല്ലാം ഒരുക്കിവെക്കാം .

ഞാൻ പെട്ടിയിൽ നിന്നെടുത്ത കത്തുകളെല്ലാം തിരികെവെച്ചു .

അതിലൊരു കത്ത് . വരയിട്ട പേപ്പറിൽ . ആകെ ഒരു കത്തുമാത്രമേ അങ്ങനെ വരായിട്ടതായിട്ടുള്ളൂ .

എഴുതിയ ആളിന്റെ പേര് നോക്കി,

ഞാൻ അമ്പരന്ന് പോയി .

ശേഖരൻ .

ഞാൻ ആ കത്ത് വായ്ച്ചു ആകാംഷയോടെ.

മന്മഥൻ അറിയാൻ

എത്രയും വേഗം നീ ഈ നാട് വിടണം . ഞാൻ നാളെ പോകും . അവളെ നീ സൂക്ഷിക്കണം . രാത്രി വരവ് ഇനി വേണ്ട .അവൾക്ക് അസ്ഥിയിൽ പിടിച്ചലക്ഷണമുണ്ട് . വീട് വില്പനയ്ക്കുള്ള ബോർഡ് വെക്കണ്ട , ഞാൻ ആളെ കൊണ്ട് വരാം . പിന്നെ സൂക്ഷിക്കണം . ഇന്നലെയും മുതലാളി ദൂരെഎവിടോ പോയിട്ടുണ്ട് . കൂടെ മോളും . വല്ല ഭ്രാന്തിന്റെയും ഡോക്ടറെ കാണാനായിരിക്കും . തിരികെ വരാൻ അഞ്ചുദിവസമുണ്ട് . അത്കൊണ്ട് എല്ലാം പെട്ടന്ന് വേണം

എന്ന്

ശേഖരൻ

എനിക്ക് എന്റെ കണ്ണുകളെ വിശ്വസിക്കാൻ കഴിഞ്ഞില്ല.

എനിക്ക് വെപ്രാളം കയറി .

"ദൈവമേ ..അവർക്ക് ഭ്രാന്തോ ? "

അപ്പോഴാണ് ഞാനോർത്തത് ,ആ പെണ്ണും പിള്ളയുടെ ഒരു കത്തുകൂടിയുണ്ടല്ലോ . ഞാൻ കണ്ടിരുന്നു .

ഞാൻ വീണ്ടും കത്തുകൾ വാരിവലിച്ചിട്ടു .

"കിട്ടി , കിട്ടി" .

എനിക്ക് ഭീകര സന്തോഷമുണ്ടായി .

ഞാനത് വായിച്ചു .

ഏട്ടാ ...

നാളെ ഞാനും അച്ഛനും ദൂരെ ഒരു ക്ഷേത്രത്തിൽ പോകുന്നുണ്ട് . കുറച്ചുദിവസമെടുക്കും തിരികെ വരാൻ. അച്ഛൻ ഒരു കല്യാണക്കാര്യം എന്നോട് പറഞ്ഞു . അയാളെ എനിക്ക് ഇഷ്ടമല്ല , കാണുന്നതേ വെറുപ്പാണെന്ന് ഞാൻ പറഞ്ഞു . പിന്നെ പോകുന്ന വഴി നമ്മുടെ കാര്യം ഞാൻ അച്ഛനോട് പറയും . അച്ഛന്റെ ആ കല്യാണചെറുക്കൻ ആരാണ് അറിയാമോ , ശേഖരനാ , അതുകൊണ്ട് അവനോട് ഇനി അത്ര കൂട്ട് വേണ്ട . ഇനിയവൻ നമ്മുടെ കാര്യത്തിൽ ഇടപെട്ടാ , അറിയാല്ലോ അച്ഛനെ , പുറകിലെ മാവിനോട് ചേർന്ന് ഒരു കുഴി അവന് ഞാൻ ഒപ്പിച്ചു കൊടുക്കും . എനിക്ക് ഒട്ടും ഇഷ്ടമല്ല അവനെ ,പക്ഷേ അച്ഛന് അവനെ ഭയങ്കര വിശ്വാസമാ, എന്നാലും എന്നോട് തോന്നിവാസം കാട്ടീന്നെങ്ങാനും അറിഞ്ഞാ അവന്റെ കാര്യം പോക്കാ. ഏട്ടനറിഞ്ഞുകൂടെ അന്ന് എനിക്ക് കത്തുതന്ന, എന്നെ ശല്യപ്പെടുത്തിയിരുന്ന അജയൻ , ആ രാത്രി ഏട്ടനുണ്ടായിരുന്നല്ലോ എന്റെ മുറീല് ,? അവനെ കുഴിച്ചിടുന്ന കണ്ട് എന്തൊരുവിറയാലായിരുന്നു. ഞാൻ

കരുതി ഏട്ടൻ മുണ്ടിലെങ്ങാനും മൂത്രമൊഴിക്കുമെന്ന് . എന്തായാലും അന്ന് അച്ഛന്റെ കണ്ണിൽ പെടാത്തത് ഭാഗ്യം .

പിന്നേ ഇന്നലത്തെ എന്റെ ചുണ്ടിലെ കറുത്ത പാട് മാഞ്ഞിട്ടില്ല . എനിക്ക് നാണം വരുന്നു . നമുക്ക് ഇനി അഞ്ചുദിവസം കഴിഞ്ഞുകാണാം.

ഒരായിരം ഉമ്മകൾ

എന്ന് ഏട്ടന്റെ മാത്രം ലക്ഷ്മി

എന്റെ കൈകൾ വിറച്ചു . തൊണ്ട വരണ്ടു .

കൈയ്യിൽ നിന്നും ആ കത്ത് താഴേക്ക് വീണു .

ഞാൻ പുറത്തേക്ക് നോക്കി , വാതിലിലൂടെ ,അകലെ ആ മാവ് കാണാം . മാമ്പഴങ്ങൾ നിറഞ്ഞ മാവ് .

അവിടെ എന്റെ അച്ഛനുറങ്ങുന്നുണ്ടാവുമോ ?

" സാറേ ... വീടിന്റെ പരിപാടികൾ തുടങ്ങട്ടെ ? "

ഞാൻ ഞെട്ടി .

ആ മുറിമുഴുവൻ കറങ്ങുന്നുണ്ട് , ആ കറക്കത്തിൽ ഞാൻ കണ്ടു .

അവൻ ആ മലയാളി , അവനേക്കാൾ വലിയ കത്തിയും കൊണ്ട് നിൽക്കുന്നു .

ഇനി ഒരു മടക്കമില്ല . മടങ്ങാനാവില്ല . അനുസരണ ശീലമാക്കാം .

പക്ഷേ ഭയമെന്ന പദത്തെപ്പോലും പേടിയോടെ കാണുന്ന ഞാൻ

ആ നിമിഷം തന്നെ പുറകോട്ട് വീണു .

ബോധം കെട്ടു .

അപ്പോഴും ഒരുപാട് ചോദ്യങ്ങൾ മനസ്സിലുണ്ടായിരുന്നു.

കുറേ സമയങ്ങൾക്ക് ശേഷം എനിക്ക് ബോധം വന്നു . ഞാൻ കണ്ണ് തുറന്നു , മുകളിൽ ഫാൻ കറങ്ങുന്നു . കിടക്കുന്നത് പതുപതുത്ത മെത്തയിൽ .

ഇത് അവരുടെ വീടാണ് ലക്ഷ്മിയമ്മയുടെ , ഞാൻ തല തിരിച്ചുനോക്കി . അവർ കട്ടിലിൽ തന്നെ ഇരിപ്പുണ്ട് . അവരുടെ കൈയ്യിൽ ആ കത്ത് . ബോധം പോകുമ്പോൾ എന്റെ കൈയ്യിൽ ഉണ്ടായിരുന്ന അതേ കത്ത് .

ഈശ്വരാ ...

" ഉണർന്നോ ? "

ഞാൻ ഒരു വളിച്ച ചിരിചരിച്ചു .

" നിനക്ക് നിന്റെ അച്ഛനെ അറിയാമോ ? " അവർ ചോദിച്ചു .

"മന്മഥൻ " ഞാൻ പറഞ്ഞു .

അവർ ചിരിച്ചു , പൊട്ടി പൊട്ടി ചിരിച്ചു . എന്നിട്ട് പറഞ്ഞു .

"നിന്റെ അമ്മ ആരുടെ കൂടെയാപോയതെന്നറിയാമോ?"

"ഇല്ല " ഞാൻ ഞെട്ടലോടെ പറഞ്ഞു .

"നിനക്ക് ലീലാമ്മെ അറിയില്ലേ , അവരുടെ ഭർത്താവ്
പീറ്റർ , നോവലിസ്റ്റ് പീറ്റർ , ആ പഴയ എഴുത്തുകാരൻ
പീതാംബരന്റെ മകൻ . അയാളാണ് നിന്റെ
അമ്മയുമായി ഒളിച്ചോടിയത് , ഇപ്പോഴത്തെ
കെട്ടിയോൻ ലീലാമ്മേടെ രണ്ടാം കെട്ടാണ് . അപ്പൊ
പറഞ്ഞുവന്നത് നിന്റെ അച്ഛൻ മന്മഥേട്ടനല്ല , പീറ്ററാണ് ,
നോവലിസ്റ്റ് പീറ്റർ . മന്മഥേട്ടന് ഒറ്റമോളേയുള്ളൂ
ഇന്ദിര . എന്റെ മകൾ . എന്നാലും എനിക്കിപ്പൊ
നിന്നോട് തീർത്താ തീരാത്ത കടപ്പാടുണ്ട് , ആ
ശേഖരന്റെ ശല്യം തീർത്തത് നീയാ . ഇനിയിപ്പൊ
സന്തോഷത്തോടെ സമാധാനത്തോടെ എനിക്കും
എന്റെ മോൾക്കും മന്മഥേട്ടനൊപ്പം ജീവിക്കാം . പിന്നെ
നിനക്കും , നിന്നെ എനിക്ക് ഒരുപാട് ഇഷ്ടമാ .. "

ഹേ ......

ഞാൻ കണ്ണുമിഴിച്ച് അവരെ നോക്കി .

അവർ വീണ്ടും ചിരിച്ചു .

" അപ്പൊ അച്ഛൻ മരിച്ചില്ലേ ?"

അവർ ചിരിച്ചു . എന്റെ തലയിൽ വീണ്ടും തലോടി .

പിന്നെ പറഞ്ഞു .

" നീ ഒരു പാവമാ , ഒരു പഞ്ചപാവം "

എന്റെ കണ്ണിൽ ഇരുട്ട് കയറി .

THE END

ഈ പുസ്തകം വായിച്ചതിൽ വളരെ സന്തോഷം .

ഇനിയും ഞാൻ എഴുത്ത് തുടരും .

നിങ്ങൾക്ക് ഇഷ്ടമായാലും ഇല്ലെങ്കിലും .

സജീവ്കുമാർ ശശിധരൻ